MAKING OUT IN

TAGALOG

Revised Edition Expanded

by **Renato Perdon**
Revised by **Imelda F. Gasmen**

T0160739

TUTTLE Publishing

Tokyo | Rutland, Vermont | Singapore

ABOUT TUTTLE
"Books to Span the East and West"

Our core mission at Tuttle Publishing is to create books which bring people together one page at a time. Tuttle was founded in 1832 in the small New England town of Rutland, Vermont (USA). Our fundamental values remain as strong today as they were then—to publish best-in-class books informing the English-speaking world about the countries and peoples of Asia. The world has become a smaller place today and Asia's economic, cultural and political influence has expanded, yet the need for meaningful dialogue and information about this diverse region has never been greater. Since 1948, Tuttle has been a leader in publishing books on the cultures, arts, cuisines, languages and literatures of Asia. Our authors and photographers have won numerous awards and Tuttle has published thousands of books on subjects ranging from martial arts to paper crafts. We welcome you to explore the wealth of information available on Asia at www.tuttlepublishing.com.

Published by Tuttle Publishing, an imprint of Periplus Editions (HK) Ltd.

www.tuttlepublishing.com

Copyright © 2008, 2016
Periplus Editions (HK) Ltd.

All rights reserved.

ISBN 978-0-8048-4362-1

20 19 18 17 16
10 9 8 7 6 5 4 3 2 1
1605CM

Printed in China

TUTTLE PUBLISHING® is a registered trademark of Tuttle Publishing, a division of Periplus Editions (HK) Ltd.

Distributed by:

North America, Latin America & Europe
Tuttle Publishing
364 Innovation Drive, North Clarendon
VT 05759-9436, USA
Tel: 1 (802) 773 8930 | Fax: 1 (802) 773 6993
info@tuttlepublishing.com
www.tuttlepublishing.com

Japan
Tuttle Publishing
Yaekari Building 3F, 5-4-12 Osaki
Shinagawa-ku, Tokyo 141-0032, Japan
Tel: (81) 3 5437 0171 | Fax: (81) 3 5437 0755
sales@tuttle.co.jp
www.tuttle.co.jp

Asia Pacific
Berkeley Books Pte. Ltd.
61 Tai Seng Avenue #02-12
Singapore 534167
Tel: (65) 6280-1330 | Fax: (65) 6280-6290
inquiries@periplus.com.sg
www.periplus.com

Contents

Introduction

Making Out in Tagalog is your passport to the living, breathing, colorful language spoken on the streets of the Philippines. It is the first easy book to give you access to the casual, unbuttoned Tagalog that will allow you to express yourself in restaurants, bars, and nightclubs, in crowded marketplaces, and at train and bus stations. Here you will find the warm-hearted language that you can use with new acquaintances, good friends or perhaps, a potential significant other, and also the rough-and-tumble language you can fall back on when you are ready to either attack or defend yourself or someone else in certain situations.

This brand of Tagalog is simple and direct. It is spoken mainly in Metro Manila, large cities, provincial capitals, and town centers but can be understood in most places in the Philippines. It has shed the complex grammatical twists and turns of the highly formal language that textbooks and language courses strive so hard to teach.

Making Out in Tagalog will be a useful companion throughout the Philippines—whether in cities, traveling in remote barrios or talking with Filipinos anywhere in the world. So you want to meet people, make friends, eat out, go dancing, or just engage in friendly chitchat? A quick glance at *Making Out in Tagalog* and you'll have the language at your fingertips.

OVERVIEW

If you have spent several years grappling with the compli-
cated grammatical structures of French, German, Italian or
Spanish, you will find Tagalog, especially the informal ver-
sion in this book, a joy.

Tagalog is the main language in Manila, the capital of the
Philippines and its surrounding areas. It is the lingua franca
of Filipinos in the Philippines as well as in other parts of the
world. With over 150 languages and their various dialects,
Filipinos in the Philippines as well as in other parts of the
world use Tagalog as their lingua franca. By the way, Taga-
log is recently considered the most spoken Southeast Asian
language in the U.S. One of the eight major Philippine lan-
guages, Tagalog belongs to the Austronesian family of lan-
guages which includes Malay, Indonesian, and Hawaiian.

An easy-going language spoken today on the streets of the
Philippines, Tagalog is one of the many local languages in
the country that developed over the centuries as traders
from different ethnic groups mixed and mingled from all
parts of the world. From as early as the 12th century, Chi-
nese and Arab traders flooded the language with their own
vocabularies, as did the neighboring islands of Indonesia
and mainland Asia, and later the Spanish and the Ameri-
cans. For the next 300 years after the Spanish colonization
of the islands in 1565, the Philippines became a melting pot
where the east met the west. The Philippines, particularly
in its economy, society and culture, was forever changed.
The west and its people brought with them distinctly new
ways of living, believing, creating and relating to others that
changed and eventually enriched the spoken language.

The almost 50 years of American occupation from 1898 on-
wards added to the western outlook of the Filipinos in deal-
ing with one another, and particularly with the outside world.

TAGALOG ALPHABET

The Tagalog alphabet has 20 letters: 5 vowels and 15 consonants.

A	B	K	D	**E**	G	H	**I**	L	M
N	NG	**O**	P	R	S	T	**U**	W	Y

The five (5) vowels are:

    a (*ah*) as in "ask, far"   s**a**bon (soap)
    e (*eh*) as in "end, way"   **e**dad (age)
    i (*ee*) as in "eve, meet"   **i**law (light)
    o (*aw*) as in "obey, note"   l**o**bo (balloon)
    u (*oo*) as in "food, moon"   t**u**hod (knee)

and 15 consonants:

    b   as in "bat"   **b**aboy (pig)
    ng as in "sing"   **ng**ipin (teeth)
    k   as in "king"   **k**asama (companion)
    p   as in "patriot"   **p**era (money)
    d   as in "day"   **d**iwa (spirit)
    r   as in "rat"   **r**adyo (radio)
    g   as in "give"   **g**amot (medicine)
    s   as in "start"   **s**ilya (chair)
    h   as in "hit"   **h**ita (thigh)
    t   as in "time"   **t**asa (cup)
    l   as in "level"   **l**ito (confused)
    w   as in "way"   **w**ika (language)
    m   as in "mature"   **m**ata (eyes)
    y   as in "yard"   **y**elo (ice)
    n   as in "nut"   **n**anay (mother)

If Tagalog has 15 letters in its alphabet, Filipino which is the Philippine national language has 28 letters—which includes all of the 26 letters of the English alphabet plus **ng** and **ñ**. The letters **C**, **F**, **J**, **Ñ**, **Q**, **V**, **X**, and **Z** are used mainly in names of people: Corazon, Josefa, Victoria; places: Quezon, Luzon, Zamboanga, Cebu; things: Kleenex, Xerox; and in English loanwords.

PRONUNCIATION

Tagalog words are relatively easy to pronounce. They are in fact **read or pronounced as spelled or written** except for *ng* (nang) and *mga* (ma-nga). All the letters in a word are sounded and there are no silent letters. If a word has two successive vowels, then each vowel is treated as separate syllable and pronounced.

For example: MA-A-A-LA-LA-HA-NIN. By the way, this seven-syllable word means "thoughtful."

> **Oo** (yes) is pronounced as *aw-aw.*
> **Saan** (where) is pronounced as *sah-ahn*
> **Uwi** (go home) is pronounced as *oo-wee*

Most of the time for non-native speakers, it is quite challenging to pronounce words with *ng* especially at the beginning of the word. For example, **ngiti** (smile), **ngipin** (teeth) or **pangalan** (name). A strategy to practice these words is to keep pronouncing "sing along" several times until it is pronounced as if it's one word: si**ng**along.

STRESSING OF WORDS

Tagalog (Ta-GA-log) is pronounced with the stress on the second syllable. Correct pronunciation of Tagalog words depends on the stress, which is normally on the syllable before the last (called the penultimate stress) and unmarked, as in **buhay** "life;" but sometimes on the last syllable (known as the acute stress), which is marked by an accent, as in **buháy** "alive." For most 3-syllable words, the stress is on the second syllable: **Tagálog, Salámat.**

A difference in stress (emphasis on a particular syllable) causes a difference in meaning of the same word. For example:

Báka (cow)	**Baká** (maybe, perhaps)
Hápon (afternoon)	**Hapón** (Japanese)
Búkas (tomorrow)	**Bukás** (open)
Táyo (we, us, inclusive)	**Tayó'** (stand)

Unfortunately, there are no stress or accent marks when reading Tagalog materials. So meanings are actually taken in the context on how the word was used.

ASPIRATION

The letters, **P**, **T**, and **K** are not aspirated, meaning they are not pronounced with a puff of air like English. An easy way to test whether these letters are aspirated is to hold a paper in front of your mouth while pronouncing them. The paper should not move or air should not come out from your lips whenever these letters are pronounced, for example, **papel** (paper). **T** in Filipino is pronounced in the same way you would pronounce D in English, as in **tatay** (father) or **takda** (homework).

GLOTTAL STOP

The glottal stop (') is produced when the opening between the vocal cords is slightly closed, stopping air coming from the lungs. The glottal stop provides a significant contrast with other sounds:

Non-glottal	Glottal
áso (dog)	**aso'** (smoke)
báta (robe)	**bata'** (child)
sála (living room)	**sala'** (fault)

THE LETTER "R"

The Tagalog **R** is very different from the English R. It is sounded by flicking the tip of the tongue against the back of the upper front teeth. Some Filipinos really like to roll their R's by rapidly repeating this action in a machine gun fashion. Others roll their Rs from the back of the throat. Now, try to say **regalo** (gift), **relo** (watch), **turon** (banana lumpia), **tigre** (tiger), … and if you get frustrated, say *GRRRR!!!*

BASIC GRAMMAR

PREDICATE BEFORE SUBJECT

In English, the sentence structure is subject followed by the predicate. In Tagalog, it's the other way around: predicate before subject. Some books use different terms like comment + topic which is the same as predicate + subject. (The subject/topic refers to what the sentence is about, and the predicate/comment refers to what is said about the subject.) For example **Tumakbo** (predicate/comment) **si Juan** (subject/topic) = "*John* (topic) ran (comment)." Or **Mabait** (predicate/comment) **ang kaibigan ko** (subject/topic) which translates to "My friend is nice." This is possibly the most striking difference between Tagalog and English, and takes a bit of getting used to.

MARKERS

Do not be confused with "**si**" in Spanish and in Tagalog! In Spanish, **si** means Yes. In Tagalog, **si** is a noun marker found before names of people (and pets) indicating the subject of the sentence. Markers are the most basic grammar items in Tagalog, specifically subject markers which are particles that mark or indicate the subject/topic of the sentence. There are two main subject markers: **si** and **ang** that are used before nouns (including names of people).

For example, in the sentence:

Maganda <u>si</u> **Fiona.** (Fiona is beautiful.)

the subject of the sentence is Fiona because she is marked by the particle **si**.

Other examples:

Masipag <u>si</u> **Olivia.** (Olivia is hardworking.)

Matalinong guro <u>si</u> **Dr. Ramos.**
(Dr. Ramos is an intelligent teacher.)

Mabait at mapagbigay <u>si</u> **Lola Olive.**
(Grandma Olive is kind and generous.)

Si and its plural form, **sina,** mark the names of people including pets. They appear before personal names.

So, if **si/sina** are used to mark personal names, when do we use the other marker, **ang**?

We use **ang** as a marker for all others, for all non-personal names. For example:

Guwapo <u>ang</u> **siyota niya.** (Her boyfriend is handsome.)

Salbahe <u>ang</u> **kuya ko.** (My older brother is mean.)

There's also what is called non-subject markers: **ni** (for personal names) and **ng** (all others). Examples as follows:

Sino ang kapatid <u>ni</u> **Joseph?**
(Who is the sister of Joseph?)

Bastos ang kaibigan <u>ng</u> **kaklase ko.**
(The friend of my classmate is rude.)

PLURALIZING

Tagalog nouns do not show the difference between singular and plural by altering the form of the word, as English does by adding "s" to the end of most nouns. Instead the word **mga** (pronounced as MA-NGA) is used before the noun, e.g. **mga aklat** "books," **mga bata** "children."

THE INVERSION MARKER: "AY"

Sentences do sometimes use the same order as English, meaning the subject comes before the predicate, and in this case the subject/topic is connected to the predicate/comment by the particle **ay** (pronounced like the English vowel "I") For example, **Si Juan** (topic) **ay** (particle) **tumawag** (comment) vs. **Tumawag si Juan** (Juan called).

We refer to "**ay**" as the inversion marker.

Native speakers tend to use the particle "**ay**" in their conversations especially in formal situations. There is no direct translation of this particle except that it inverts a predicational sentence to an identificational sentence. For example, to introduce oneself:

Predicational	Identificational
Maria ang pangalan ko.	**Ang pangalan ko ay Maria.**
(My name is Maria.)	
Taga-Maynila ako.	**Ako ay taga-Maynila.**
(I'm from Manila.)	
May trabaho ako sa ospital.	**Ako ay may trabaho sa ospital.**
(I have a job at the hospital.)	

PRONOUNS

Tagalog pronouns are as follows in the subject case:

Singular	Plural
Ako (I, me)	**Kami** (we, exclusive, excluding the person addressed to) **Tayo** (we, inclusive, including the person addressed to)
Ikaw, **Ka** (you) Note: **Ka** cannot be used at the beginning of a sentence	**Kayo** (You)
Siya (he/she)	**Sila** (they)

Examples of this set of pronouns which serves as a subject of a sentence are as follows:

Filipino <u>ako</u>. (I'm Filipino.)

<u>Ako</u> rin. (Me too.)

Saan <u>ka</u> pupunta? (Where are you going?)

Tanga <u>siya</u>. (He/She is stupid.)

Another set of pronouns is considered **non-subject** pronouns or possessive pronouns depending on how they are used. This include: **ko**, **mo**, **niya** and their plural forms, **natin/namin**, **ninyo**, **nila**. Some examples are:

Eva ang pangalan <u>ko</u>. (My name is Eva.)

Ano ang palayaw <u>mo</u>? (What is your nickname?)

Malayo ang bahay <u>namin</u>. (Our house is far.)

Gusto <u>niya</u> ng kape. *(*She likes coffee.)

Ayaw <u>nila</u> ng gatas. (They don't like milk.)

A third set of pronouns includes **akin**, **iyo**, **kaniya** and their plural counterparts, **amin/atin**, **inyo** and **kanila**.

For examples:

> <u>Akin</u> **ka.** (You are mine.)

> <u>Iyo</u> **ba itong kotse o** <u>kaniya</u>?
> (Is this car yours or hers/his?)

> **Pupunta si Jemi sa** <u>amin</u> **bukas.**
> (Jemi will come to our place tomorrow.)

There is also a cool pronoun called **kita** which is referred to as a double pronoun replacing **ko** (I) and **ka** (you). The most common example is **Mahal kita** (I love you).

QUESTION MARKER: "BA"

To ask questions, use the particle **ba**, e.g.

> **Nagsasalita <u>ba</u> kayo ng Ingles?** Do you speak English?

> **Maaari <u>ba</u> akong manigarilyo dito?** Can I smoke here?

> **Mayroon <u>ba</u> kayong…?** Do you have…?

Usually, questions with **ba** are answered with **Oo** or **Hindi** (Yes or No).

THE NEGATIVES
> **Hindi** (No)
> **Wala** (None)
> **Huwag** (Don't)

To make a sentence negative, use the word *hindi*, e.g.

> <u>Hindi</u> **ako naninigarilyo.** (I don't smoke.)
> <u>Hindi</u> **maganda ito.** (This is no good.)

To express the non-existence of someone or something which is the opposite of **may(roon)**, use **wala**, e.g.

<u>Wala</u> **siya rito.** (She/He is not here.)

<u>Wala</u> **kami nito.** (We didn't have this.)

<u>Wala</u> **akong gana.** (I don't feel like it.)

To translate the word, *Don't*, use **Huwag!** as in the example:

<u>Huwag</u> **kang umiyak!** (Don't cry!)

<u>Huwag</u> **kang matulog!** (Don't sleep!)

<u>Huwag</u> **maingay!** (Don't be noisy!)

<u>Huwag</u> **hawakan!** (Don't touch.)

VERBS
Just a reminder that there is no translation of the English verb "is" or "are" in Tagalog. Tagalog verbs in their base or root form can be used in conversations. However, there is quite a number of affixes that are added to the root verbs and change the focus and aspect of the sentence. These affixes can either be a prefix, an infix or a suffix. In English, it's mostly suffixes that are added.

For the verb, **aral** "to study"

Mag-<u>aral</u> kayo para sa eksam.
([You] study for the exam.)

Nag-<u>aral</u> kami kagabi. (We studied last night.)

Ano ang pinag-a<u>aral</u>an ninyo?
(What are you studying?)

Fortunately, it is easy to make requests in Tagalog. Just add the request affix **paki** to the base form or root of the verb. So for example, <u>Paki</u>-**bigay ito sa kanya** (Please give this to her), or **Paki-hintay ako** (Please wait for me).

OTHER LANGUAGE FEATURES

• **Versatile Preposition:** The most common Tagalog preposition is the virtually all-purpose **sa**, which is used as an equivalent of English "in," "on," "at," etc, e.g. <u>sa</u> **Enero** "in January;" <u>sa</u> **gabi** "at night," <u>sa</u> **kanto** "at the corner."

• **Polite Particle:** Get it? **Po**, to indicate **po**liteness or respect. Always remember to use the polite particle **po** when speaking with older people and those in higher authority. A variation of **po** is **ho** which is a little bit less formal. Examples:

Magandang umaga <u>po</u>, Bb. Santos.
(Good morning, Ms. Santos.)

Pwede <u>ho</u> bang magtanong? (Can I ask a question?)

• **Enclitics or Particles:** Aside from a number of affixes that are added onto Tagalog words, there is also a quite a list of what we call enclitics or some call it ligatures or particles to add more spice or flavor to the language. This includes **lang, na, pa, rin/din, raw/daw, naman**. Examples:

Diyan <u>lang</u>. (Just there.)

Wala <u>pa</u> akong siyota.
(I don't have a boyfriend/girlfriend yet.)

Oo <u>raw</u>. (Yes, according to someone.)

BORROWINGS AND NEW DIALECTS

Although Tagalog is influenced by Sanskrit, Chinese, Arabic, Spanish, and English, the majority of the loanwords come from Spanish and English. Because of this, there is a tendency among Filipinos, particularly in Manila, to speak in the slang language commonly known as *Taglish* (Tagalog + English) or *Engalog* (English + Tagalog). Aside from this slang language, some other sociolect languages have also evolved such as *Conyo* (language of rich kids) or gay or *swardspeak/bekinese* (language of gay people).

1

What's Up?

Hi!/Hello!	Kumusta?
How are you?	Kumusta ka?

NOTE: There is no direct translation for *Hello*; instead we use **Kumusta** for greetings derived from Spanish 'Como esta?'

I'm fine.	Mabuti naman ako.
	Ayos lang ako.
Okay, I guess.	Okey lang, sa palagay ko.
So-so/All right.	
How's life?	Kumusta ang buhay?
Life is hard.	Mahirap ang buhay.
Getting by (surviving)	Nakakaraos naman.
How have you been?	Kumusta ka na?
What's new?	Anong bago?*

What's up?	Anong meron?*
What's the news?	Anong balita?*

*Instead of **Kumusta?**, Filipinos tend to use these other expressions to ask "How are you?"

I'm a bit busy!	Medyo bisi ako!
I'm a bit busy at work!	Medyo bisi ako sa trabaho.
I'm really busy at school!	Bising-bisi ako sa eskuwela.
Nothing much.	Wala masyado.
I'm pretty busy.	Bising-bisi ako.
I'm doing lots of stuff.	Marami akong ginagawa.
I'm tired.	Pagod ako.

I'm very tired.	Pagod na pagod ako.*

To express the word "very" such as "very tired," just repeat the word "**Pagod na pagod ako.**"

I don't feel well.	Masama ang pakiramdam ko.
I feel sick.	Pakiramdam ko, may sakit ako.
I think I have a fever.	Sa palagay ko,* may lagnat ako.
I think I am coming down with a flu.	Sa palagay ko,* magkakatrangkaso ako.

* The phrase **Sa palagay ko,** can be used as a qualifier when expressing one's own thoughts, opinions or feelings.

Long time no see!/ We haven't seen each other for a long time!	Ang tagal na nating hindi nagkita!
What have you been doing?	Ano na ang ginagawa mo?
Have you been here for a long time?	Matagal ka na ba rito?
Yes, I live here now.	Oo, dito na ako nakatira ngayon.
Where do you live?	Saan ka nakatira?
I live in Manila by the University Belt.	Nakatira ako sa Maynila sa may University Belt.

I haven't seen you for a while.	Matagal na kitang hindi nakikita.
Yes, it's been a long time.	Oo, matagal na nga.
What are you doing here?	Ano ang ginagawa mo rito?
I'm working at UP.	Nagtatrabaho ako sa UP.
I'm a student at Ateneo.	Estudyante ako sa Ateneo.
By the way, how's work?	Siyanga pala, kumusta ang trabaho?
By the way, how's school?	Siyanga pala, kumusta ang eskuwela?
Work is alright.	Okey lang ang trabaho.

School is difficult.	Mahirap ang eskuwela.
How's Peter/ Mary doing?	Kumusta si Peter? si Mary?
He's/She's fine.	Mabuti naman siya.*

The word **siya** refers to both "he" and "she". There is only one pronoun to refer to both "he" and "she".

Any news about Peter/Mary?	Anong balita tungkol kay Peter/Mary?
None that I know of.	Wala sa pagkakaalam ko.
What's wrong?/ What's the problem?	Anong problema?
Nothing really!	Wala talaga!
What's on your mind?	Anong iniisip mo?
Nothing!	Wala!
I was just thinking.	Nag-iisip lang ako.
I was just daydreaming.	Nangangarap lang ako.
I was just contemplating.	Nagmumuni-muni lang ako.
It's none of your business!	Wala kang pakialam!*

Mind your own business!
[or Don't mind other's business!]

Huwag kang makialam!*

*Normally Filipinos will not use these expressions, unless they are very agitated, irritated or angry at the person being addressed. They would use these only in serious or extreme situations.

Leave me alone!	Pabayaan mo akong mag-isa!
Get lost! Leave! Go away!	Alis! Layas!
Go away or else, I'll scream!	Layas kung hindi, sisigaw ako!
Really?	Talaga?
Is that so?	Ganoon ba?
Is that true?	Totoo ba iyan?
Are you sure?	Sigurado ka ba?
Maybe/Perhaps.	Siguro.
O yes!	Ah, oo!
O yeah, that's right!	Ah, oo, tama 'yan!
Maybe not!	Siguro hindi!
You are a liar!	Sinungaling ka!

Don't lie!	Huwag kang magsinungaling!
Stop lying!	Tumigil ka sa pagsisinungaling!
How come?	Bakit ganoon?
What do you mean?	Ano ang ibig mong sabihin?
Is something wrong?/ Is there a problem?	May problema ba?
What's the difference?	Ano ang pagkakaiba?
What?	Ano?
Why?	Bakit?
Huh?	Ha?

Are you serious?	Seryoso ka ba?
Yes.	Oo.
No.	Hindi.
What do you think?	Ano sa tingin mo?/ Ano sa palagay mo?
In my opinion ...	Sa palagay ko ...
I don't mean it.	Hindi ko sinasadya.
That's impossible!	Imposible 'yan!
That's ridiculous!	Katawatawa 'yan!
What nonsense!/ How silly!	Kalokohan!
That's too good to be true!/ Unbelievable!	Parang di-kapani- paniwala!
I don't believe it!	Hindi ako naniniwala!
You're joking!	Nagbibiro ka!
Are you making fun of me?	Pinagtatawanan mo ba ako?
Stop joking!	Tumigil ka na sa pagbibiro!
I'm not joking! This is serious.	Hindi ako nagbibiro. Seryoso ito.

It's true!	Totoo!
You are crazy!/ You are insane!	Sira-ulo ka!/ Baliw ka!
He/She is being irrational!	May toyo siya sa ulo!*

*In ordinary conversation, one may refer to someone as **May toyo sa ulo**, which means that one is exhibiting demented behavior. **Toyo** is a slang word which denotes craziness or not thinking sane.

That's right!	Tama 'yan!
That's not right!	Hindi tama 'yan!
That's wrong!	Mali 'yan!
Of course!	Siyempre!
You better believe it!	Basta paniwalaan mo!

No way!	Hindi puwede!
I guess so.	Siguro.
I'm not sure./ I doubt it.	Hindi ko sigurado.
I hope so./ I wish.	Sana.
I hope not.	Hindi sana.
It might be true.	Pwedeng totoo.
There's no way of knowing.	Walang paaran para malaman.
I can't say for sure.	Hindi ko masasabi kung sigurado.
I wonder ...	Nagtataka ako ...
Forget it!	Kalimutan mo na 'yon!
Enough!	Tama na!/ Sobra na!
Damn it!/ Bullshit!	Punyeta!
You can't do that!	Hindi mo maaaring gawin 'yan!
I don't care!	Wala akong pakialam!

It means nothing to me.	Walang halaga 'yan sa akin!
It's got nothing to do with me.	Wala akong alam diyan!
I'm not interested.	Hindi ako interesado.
Sure, if you like.	Sige, kung gusto mo.
Whatever you want.	Kahit anong gusto mo.
Anything's fine with me.	Kahit ano okey lang sa akin.
I think so too.	Naisip ko rin.
Me too./So am I.	Ako rin.
I see what you mean.	Alam ko kung anong gusto mong sabihin.
Alright, I understand.	Sige, naiintindihan ko.
All right, no problem.	Sige, walang problema.
That was good!	Ang galing naman 'yan!
Great!/Excellent!	Mahusay!
Well done!	Magaling!

Wonderful!/ Amazing!	Napakahusay!
I like it!	Gusto ko!
I don't like it!	Ayaw ko!/ Hindi ko gusto!
I did it!	Nagawa ko!
No problem!	Walang problema!
It was no problem!	Hindi problema 'yon!
But ...	Pero .../Ngunit ...
This is risky.	Delikado ito.
Cheer up!	Magsaya ka!/Matuwa ka!
Calm down!	Huminahon ka!/ Maghunos-dili ka!
Never mind!	Hindi na bale!
It doesn't matter.	Hindi kailangan.
Have fun!/ Enjoy!	Mag-*enjoy* ka!
Good luck!	Suwertehin ka sana!
Have a good trip!	Maligayang pagbibiyahe!
Thank you.	Salamat!

Thank you very much.	Maraming salamat!
You are welcome.	Walang anuman./ Wala 'yon.
Goodbye!	Paalam!/Bay!/Adios!
Okay, take care!	Sige, mag-ingat ka!

2

Quickies?

Yes.	Oo./Opo. (with politeness)
No.	Hindi./ Hindi po. (with politeness)
Okay.	Okey./Okey po.
Can do./Possible.	Pwede./Pwede po.
None.	Wala./Wala po

Po is a particle added to a word, phrase or sentence to denote politeness or respect. The variation of **Po** is **ho**, which is less formal than **po**.

What?	Ano?
What is _____ in Tagalog/English?	Ano sa Tagalog/Ingles ang _____?
What is this?	Ano ito?

What is that?	Ano iyan?
What is that? (farther away from both speaker and listener)	Ano iyon?
Who?	Sino?
Who are you?	Sino ka?
Who is this?	Sino ito?
Who is that?	Sino iyan?
Who is he/she?	Sino siya?

There is only one pronoun for both "he" and "she": **siya**.

Who is there?	Sino ang nandiyan?
Whose?	Kanino?

this	ito
that	iyan
that (farther)	iyon

Where?	Saan?
Where are you going?	Saan ka pupunta?
Where did you just come from?	Saan ka galing?
Where are you from?	Taga-saan ka?

When?	Kailan?
Why?	Bakit?
Why not?	Bakit hindi?
Because ...	Kasi .../Dahil ...
How?	Paano?
How many?	Ilan?
How much?	Magkano?
Which?	Alin?
Which one?	Alin dito?
Which ones?	Alin sa mga ito?

here	dito
there	diyan
over there	doon
somewhere	kung saan
nowhere	wala kahit saan
everywhere	saanman
in my opinion	sa palagay ko
maybe/perhaps	siguro/baka/marahil
maybe not	siguro hindi/baka hindi/ marahil hindi

I/me	ako
you (singular)	ikaw/ka*

*Ikaw and Ka both refer to "you (singular)". However, ka can never be used at the beginning of a sentence.

you (plural)	kayo
he/she	siya
we/us (inclusive, everyone)	tayo
we/us (exclusive, not including the listener)	kami
they	sila

Really?	Talaga?
Never mind!	Hindi na bale!
Don't!	Huwag!
Please	Paki
Thank you!	Salamat!
Thank you very much!	Maraming salamat!

In ordinary or informal conversation, a speaker will just say **Salamat** as a sign of gratefulness. In response to this, as a colloquial way of assuring someone that it is not a big deal, one is bound to say **Walang anuman** or **Wala iyon**, which corresponds to "You're welcome" in English. Often, people will just say T. Y. as an abbreviation for "Thank you."

You are welcome!	Walang anuman (po)!

Don't mention it!/ It's nothing!	Wala 'yon!
Could you ...?	Maaari ka bang ...?
I like ...	Gusto ko ...
I don't like ...	Ayaw ko .../Ayoko ...
Can I ...?	Pwede ba akong ...?
Do you have _____?	Meron ka bang ...?/ May _____ ka ba?
I have.	Meron ako.
I don't have.	Wala ako.
Come on!	Tara na!
Alright!	Sige!

3

Got a Minute?

It is time!	Oras na!/Panahon na!
One moment please!	Sandali lang!
What time?	Anong oras?
What time is it already?	Anong oras na?

... in the morning	... sa umaga
... at noon time/ midday	... sa tanghali
... in the afternoon	... sa hapon
... in the evening/ at night	... sa gabi
... at midnight	... sa hatinggabi
... at early morning/ dawn	... sa madaling araw

It's 1 o'clock.	Ala una na.
It's 2 o'clock.	Alas dos na.
It's 3:00 p.m.	Alas tres na ng hapon.
It's 4:00 p.m.	Alas kuwatro na ng hapon.
It's 5:15 a.m.	Alas singko y kinse ng umaga.
It's 6:00 a.m.	Alas sais ng umaga.
It's 7:30 a.m.	Alas siyete y medya ng umaga.
It's 8:00 p.m.	Alas otso ng gabi.
It's 9:30 p.m.	Alas nuwebe y medya ng gabi.
It's 10:00 p.m.	Alas diyes ng gabi.
It's 11:15 a.m.	Alas onse kinse ng umaga.
It's 12:00 p.m.	Alas dose ng tanghali.
It's 12:30 p.m.	Alas dose y medya ng tanghali.

With some sprinkling of Spanish words, this is the easiest way to tell time. Add **ng umaga** for morning or **ng hapon** for afternoon at the end of the time to be precise. The Spanish way of telling time is still more popular than saying it in Tagalog which is actually longer and more mouthful ☺. For example, for 12:00 p.m. **Ikalabindalawa ng tanghali** versus **Alas dose ng tanghali**.

How many hours?	Ilang oras?
When?	Kailan?

Kailan which translates to "When?" can only be used as a question word.

Till when?	Hanggang kailan?
About when?	Mga kailan?
Is this too early?	Napakaaga ba nito?
Is that too late?	Napakahuli na ba niyan?
What time is convenient/ okay for you?	Anong oras ang puwede/ okey sa iyo?
What day is convenient/ okay for you?	Anong araw ang puwede/ okey sa iyo?
How about tomorrow?	Bukas kaya?/ Pwede bukas?
How about the day after tomorrow?	Samakalawa kaya?/ Pwede ba samalakawa?
today/now	ngayon

In Filipino, one has to specify the particular time, e.g. "morning" **umaga**, "afternoon" **hapon** or "evening" **gabi**, e.g. **ngayong araw** "This day," **ngayong umaga** "this morning," **ngayong hapon** "this afternoon" or **ngayong gabi** "this evening; tonight."

What day is today?	Anong araw ngayon?
Today is Monday.	Lunes ngayon.
Today is Tuesday.	Martes ngayon.
Today is Wednesday.	Miyerkoles ngayon.
What day was yesterday?	Anong araw kahapon?
Yesterday was Thursday.	Huwebes kahapon.
Yesterday was Friday.	Biyernes kahapon.
What day is it tomorrow?	Anong araw bukas?
Tomorrow is Saturday.	Sabado bukas.
Tomorrow is Sunday.	Linggo bukas.
yesterday	kahapon
tomorrow	bukas
the day after tomorrow	samakalawa

See note on page 39: **kahapon ng umaga** "yesterday morning," **kahapon ng hapon** "yesterday afternoon" or **kagabi** "last night." **Bukas ng umaga**, for "tomorrow morning"; **bukas ng hapon** for "tomorrow afternoon."

last night	kagabi
the day before yesterday	kamakalawa

How about the 18th?	Sa-ika 18 kaya?
What month?	Anong buwan?
The 1st of January ...	Sa ika-isa ng Enero ...
The 2nd of February ...	Sa ikalawa ng Pebreo ...
The 3rd of March ...	Sa ikatlo ng Marso ...
The 4th of April ...	Sa ikaapat ng Abri ...
The 5th of May ...	Sa ikalima ng Mayo ...
The 6th of June ...	Sa ikaanim ng Hunyo ...
The 7th of July ...	Sa ikapito ng Hulyo ...
The 8th of August ...	Sa ikawalo ng Agosto ...
The 9th of September ...	Sa ikasiyam ng Setyembre ...
The 10th of October ...	Sa ikasampu ng Oktubre ...
The 11th of November ...	Sa ikalabing-isa ng Nobyembre...

The 12th of December ...	Sa ikalabindalawa ng Disyembre ...
The 13th of ...	Sa ikalabintatlo ng ...
The 14th of	Sa ikalabing-apat ng ....
The 15th of ...	Sa ikalabinlima ng ....
The 16th ...	Sa ikalabing-anim ...
The 17th ...	Sa ikalabimpito ...
The 18th ...	Sa ikalabing-walo ...
The 19th ...	Sa ikalabinsiyam ...
The 20th ...	Sa ikadalawampu ...
The 21st ...	Sa ikadalawampu't isa ...
The 22nd ...	Sa ikadalawampu't dalawa ...
The 23rd ...	Sa ikadalawampu't tatlo ...
The 24th ...	Sa ikadalawampu't apat ...
The 25th ...	Sa ikadalawampu't lima ...
The 26th ...	Sa ikadalawampu't anim ...
The 27th ...	Sa ikadalawampu't pito ...
The 28th ...	Sa ikadalawampu't walo ...

The 29th ...	Sa ikadalawampu't siyam ...
The 30th ...	Sa ikatatlumpu ...
The 31st ...	Sa ikatatlumpu't isa ...
Is it 8:00 yet?	Alas otso na ba?
None yet./Not yet.	Wala pa./Hindi pa.
too early	maaga pa
almost/close already	malapit na
It's been a while.	Kanina pa.
It's past already./ Sometime ago.	Pasado na.
recently	kamakailan
too late	huli na
on time	nasa oras
What time is your work?	Ano'ng oras ang trabaho mo?
What time is your class?	Ano'ng oras ang klase mo?
When can you make it?	Kailan ka pwede?

What time can I come over?	Anong oras ako pwedeng pumunta?
What time do we leave?	Anong oras tayo aalis?
What time do we arrive?	Anong oras tayo darating?
What time will you be back?	Anong oras ka babalik?
Are you ready?	Handa ka na ba?
Yes.	Oo.
Not yet.	Hindi pa.
When will you do it?	Kailan mo gagawin ito?

When will it be finished?	Kailan mo matatapos?
How long will it take?	Gaano katagal ito matatapos?
It'll be done soon.	Malapit na itong matapos.
Not now.	Hindi ngayon.
Later.	Mamaya.
Maybe later.	Siguro mamaya./ Baka mamaya.
I'll see you later.	Magkita tayo mamaya.

The word **mamaya** which translates to "later" only applies within 12 hours. This word cannot be used as the way English is used as "See you later" which can mean *next week*, *next year* or *an uncertain time* or can be *never*.

last week	noong isang linggo
the past month	noong nakaraang buwan
formerly/previously	noong dati
next	sunod
next time	sa susunod na panahon

I don't know.	Hindi ko alam.
I don't know when.	Hindi ko alam kung kailan.
I don't know yet.	Hindi ko pa alam.

I'm not sure.	Hindi ko sigurado.

sometime	sa ibang oras
someday	balang araw
some other day/ another day	sa ibang araw
always	palagi
every day	araw-araw
every night	gabi-gabi

Never again!	Hindi na mauulit!
Anytime is fine.	Kahit anong oras, okey lang.
You decide when.	Ikaw ang magpasiya kung kailan.
Whenever you like.	Kung kailan mo gusto.
That day is fine.	Mabuti ang araw na iyan.
Okay, let's meet then.	Okey, magkita tayo.
Oh gosh! That's a bad day for me.	Naku, hindi mabuting araw 'yan para sa akin.
Okay, let's begin.	Sige, magsimula na tayo.
Alright, let's continue.	Sige, ipagpatuloy natin.
Okay, let's start again.	Sige, simulan natin ulit.

Let's do it later.	Gawin na lang natin mamaya./Saka na natin gawin.
(You) Do it later.	Gawin mo mamaya./ Saka mo na gawin.
It will only take a second.	Sandali lang ito.
(You) Hurry up!	Dalian mo!/Bilisan mo!
I'll do it quickly.	Gagawin ko ito nang mabilisan/madalian.
Have you finished?	Natapos mo na ba?

It is common to ask this question by referring to the action in question, for example, "Have you finished studying?" **Natapos mo na ba ang pag-aaral?**; "Have you finished eating?" **Tapos ka na bang kumain?**; or "Have you finished talking?" **Tapos ka na bang magsalita?**.

I've finished.	Natapos ko na./Tapos na.

4

Say What?

Listen!	Makinig ka!
Listen to me.	Makinig ka sa akin.
Listen to what I'm saying!	Makinig ka sa sinasabi ko!
Don't listen!	Huwag kang making!/ Huwag pakinggan!
Don't listen to him.	Huwag mo siyang pakinggan.
Don't ask me that.	Huwag mo akong tanungin tungkol diyan.
Ask me.	Tanungin mo ako.
Could I ask you something?	Pwede ba kitang tanungin?

Do you hear something? — May naririnig ka ba?

What's that noise? — Anong ingay iyon?

Can you hear me? — Naririnig mo ba ako?

Did you hear me? — Narinig mo ba ako?

I didn't hear. — Hindi ko narinig.

I can't hear. — Hindi ko marinig.

I don't want to hear about that. — Ayaw kong marinig iyan.

Say something. — Magsabi ka ng kahit ano.

Could I ask you something? — Pwede ba kitang tanungin?

What are you talking about? — Ano'ng pinagsasabi mo?

Don't say such things. — Huwag kang magsalita nang ganyan.

You shouldn't say things like that. — Hindi ka dapat nagsasalita ng mga bagay na ganyan.

I didn't say anything. — Wala akong sinabi.

Let's talk in Tagalog. — Mag-usap tayo sa Tagalog.

Can you speak Tagalog?	Nagsasalita ka ba ng Tagalog?
No!	Hindi!
No! But I can understand a bit.	Hindi! Pero nakakaintindi ako.
Yes, but just a little bit!	Oo, pero konti lang!
Sort of.	Medyo.
Is there anyone who speaks English?	May nakapagsasalita ba ng Ingles?
Do you speak English?	Nagsasalita ka ba ng Ingles?
Your Tagalog/ English is good!	Magaling ang Tagalog mo/ Ingles mo?
Where did you learn/ study Tagalog/ English?	Saan ka natuto/nag-aral ng Tagalog/Ingles?
How long did you learn/study?	Gaano ka katagal natuto/ nag-aral?
Have you studied English overseas/ in America?	Nag-aral ka ba ng Ingles sa ibang bansa/sa Amerika?
I wish my English/ Tagalog is better.	Sana mas magaling akong magsalita ng Ingles/ Tagalog.

This is difficult to talk about.

Mahirap pag-usapan ito.

Let's carry on talking.

Magpatuloy tayo sa pag-uusap.

Let's talk about it later.

Saka na natin pag-usapan iyan./Pag-usapan na lang natin iyan sa ibang araw.

Okay, tell me later.

Sige, mamaya mo na sabihin sa akin.

I don't feel like talking.

Wala akong ganang magsalita.

I don't want to talk to you.

Ayaw kong makipag-usap sa iyo.

I don't want to talk about it.

Ayaw kong pag-usapan iyan.

Don't ask me that.	Huwag mo akong tanungin niyan.
Don't make excuses.	Huwag kang magdahilan.
That's not a good excuse.	Hindi magandang dahilan iyan.
You complain a lot!	Masyado kang mareklamo!
Stop complaining!	Tumigil ka sa pagrereklamo!
Do you know what you're saying?	Alam mo ba kung ano ang sinasabi mo?
Don't talk so loudly.	Huwag kang magsalita nang malakas.
Speak!	Magsalita ka!
Speak up.	Lakasan mo ang pagsasalita.
Speak more slowly.	Bagalan mo nga ang pagsasalita.
Not too fast!	Huwag masyadong mabilis!
Say it again.	Sabihin mo ulit.
Please repeat!	Paki-ulit!
Repeat!	Ulit!

What did you say?	Ano'ng sinabi mo?
I didn't say anything.	Wala akong sinabi.
What are you talking about?	Ano'ng pinagsasabi mo?
Do you understand?	Naiintindihan mo ba?
Yes, I understand.	Oo, naiintindihan ko.
I don't understand.	Hindi ko naiintindihan.
I don't understand what you are trying to say.	Hindi ko naiintindihan kung ano ang sinasabi mo.
What does that mean?	Ano ang ibig sabihin niyan?
Do you understand me?	Naiintindihan mo ba ako?/ Nakuha mo ba ako?*

*Sometimes a speaker will just ask you **Nakuha mo ba ako?** "Did you get what I was saying?"

You said it, didn't you?	Sinabi mo 'yan, 'di ba?
I don't remember.	Hindi ko maalala.
Did you say that?	Sinabi mo ba iyan?
I didn't say that.	Hindi ko sinabi iyan.
I didn't say anything.	Wala akong sinabi.
I didn't tell anyone.	Wala akong pinagsabihan.
I won't tell anyone.	Hindi ko ipagsasabi kahit sino
Tell me what you're thinking.	Sabihin mo sa akin kung ano'ng iniisip mo.
I'm confused!	Nalilito ako!
I don't understand.	Hindi ko naiintindihan.
I don't understand what you're trying to say.	Hindi ko naiintindihan kung ano'ng sinasabi mo.
I can't explain it.	Hindi ko maipaliwanag.
I'm sorry, I can't explain it well.	Pasensiya, hindi ko maipaliwanag nang mabuti.
What again?	Ano ulit?

5

Coming and Going

Come on!	Tara na!
Come!	Halika!
Come here!	Halika dito!
Come over to our place.	Pumunta ka sa amin.
Okay, I'll come over to your place.	O sige, pupunta ako sa inyo.
Come later.	Punta ka mamaya.
Can you come?	Makakapunta ka ba?
Come along with us.	Sumama ka sa amin.
Could you come with me, please?	Maaari ka bang sumama sa akin?/Pwede mo ba akong samahan?

He's/She's coming here.   Pupunta siya* dito.

Siya refers to either "he" or "she." There's only one pronoun for both gender.

I'm coming with you, wait a second.   Sasama ako sa iyo, sandali lang.

Where?	Saan?

Where did you just come from?   Saan ka galing?*

Where are you going?   Saan ka pupunta?*

*Saan ka pupunta? (Where are you going) and Saan ka galing? (Where did you just come from?) are considered forms of greetings among Filipinos.

Just there!	Diyan lang!

I just came from the house.   Galing ako sa bahay.

I just came from the store.   Galing ako sa tindahan.

I'm going to ....   Pupunta ako sa …

I'm going to school.   Pupunta ako sa eskuwela.

I'm going to work.   Pupunta ako sa trabaho.

I'm going to the beach.   Pupunta ako sa tabing-dagat.

I'm not going.	Hindi ako pupunta.
I'll go soon.	Malapit na akong umalis.
I can go.	Pwede akong pumunta.
I think I can go.	Sa palagay ko, pwede akong pumunta.
I can't go.	Hindi ako pwedeng pumunta.
I want to go.	Gusto kong pumunta.
I want to go to Manila.	Gusto kong pumunta sa Maynila.
I really want to go.	Gusto ko talagang pumunta.
I don't want to go.	Ayaw kong pumunta.

I don't really want to go.	Ayaw ko talagang pumunta.
You're going, aren't you?	Pupunta ka, di ba?
You went, didn't you?	Pumunta ka, di ba?
I went.	Pumunta ako.
I didn't go.	Hindi ako pumunta.
Don't go!	Huwag kang pumunta!
Don't go yet.	Huwag ka munang umalis.
I have to go.	Kailangang umalis na ako.
I must go now.	Kailangang umalis na ako ngayon.
May I go/leave?	Maaari na ba akong umalis?
Shall we go/leave?	Aalis na ba tayo?
Let's go!	Umalis na tayo!
I'm going to leave.	Aalis na ako.
I'm going to leave now.	Aalis na ako ngayon na.
When are you leaving?	Kailan ka aalis?

I'm leaving tomorrow.	Aalis ako bukas.
I'm leaving soon.	Malapit na akong umalis.
I have to be going, someone's waiting for me.	Kailangang umalis na ako, may naghihintay sa akin.
He/She has left.	Nakaalis na siya.
Stay here.	Manatili ka muna dito.
You first.	Ikaw muna.
Please go first./ After you.	Mauna ka na./ Pagkatapos mo.
Thanks for letting me go first.	Salamat at pinauna mo ako.
Where is your place?	Nasaan ang lugar ninyo?

Just here!	Dito lang!
Just there!	Diyan lang!
Just over there!	Doon lang!

I'm lost.	Nawawala ako.
Do you know this place?	Alam ba ninyo kung saan ang lugar na ito?
Is it far or near?	Malayo ba o malapit?
How do I get to this place from here?	Paano pumunta sa lugar na ito mula dito?
Please tell me the way.	Pakisabi naman ang daan.
Please write it down for me.	Pakisulat naman para sa akin.
Please bring me to the airport.	Pakihatid po ako sa airport.

Please pick me up at the hotel.	Pakisundo ako sa otel.
Please bring me to this address.	Pakihatid ako sa adres na ito.
Go straight.	Dumiretso.
Turn right.	Kumanan.
Turn left.	Kumaliwa.
Pass _____ .	Lampasan ang _____ .
Cross _____ .	Tawirin ang _____ .

across	tapat
in front	harap
middle	gitna
behind	likod
north	hilaga
east	silangan
west	kanluran
south	timog

What will I ride?	Ano'ng sasakyan ko?
Bus?/Taxi?/Jeepney?/ Tricycle?	Bus?/Taksi?/Dyipni?/ Traysikel?
How much is the fare?	Magkano po ang pamasahe?

Here's my payment.	Bayad po.
My change.	Sukli ko.
Where do I get off?	Saan ako bababa?
Get off at …	Bababa ka sa …
How will I know when to get off?	Paano ko malalaman kung saan ako bababa?
Please let me off at …	Pakibaba ako sa …
Stop!	Para!

In the Philippines where a lot of places do not have designated points to stop, to ask the driver to stop, you just have to shout the word **Para**.

In Manila, there are two main train systems: LRT which stands for Light Rail Transit and MRT, for Metro Rail Transit. These are the most popular mode of transportation to try and avoid the crazy traffic in the city.

Where is the train station?	Nasaan ng istasyon ng tren?
Where is the closest train station?	Saan ang pinakamalapit na istasyon ng tren?
Where do I buy the ticket?	Saan ako bibili ng tiket?
How much is the ticket from _____ to _____?	Magkano ang tiket mula _____ hanggang _____?

What time is the departure?	Anong oras ang alis?
What time is the arrival?	Anong oras ang dating?
How many hours? Minutes?	Ilang oras? Minuto?
Where will I go down?	Saan ako bababa?
I'll be waiting at the _____ train station/by the ticket area/in front of the station.	Maghihintay ako sa istasyon sa _____/ sa may bilihan ng tiket/ sa may harap ng istasyon.

6

Eat, Drink, Be Merry!

Have you eaten yet? Kumain ka na ba?

Instead of saying **Kumusta?**, most Filipinos will say **Kumain ka na ba?** When offered food to eat, it is customary to try the food; when declined, the host may get offended. So just try the food, even just a little bit.

Yes, I just ate. Oo, kumain na ako.

Not yet, I haven't eaten yet! Hindi pa, hindi pa ako kumain!

food	mga pagkain
drinks	mga inumin
like	gusto
don't like	ayaw

I'm hungry. Gutom ako.

I'm starving. Gutom na gutom ako.

Do you like to eat? Gusto mo bang kumain?

Yes. I like to eat. Oo. Gusto kong kumain.

I don't like to eat. Ayaw kong kumain.

Did you eat breakfast/ Kumain ka na ba ng
lunch/snacks/dinner? almusal/tanghalian/
meryenda/hapunan?

What do you like? Ano'ng gusto mo?

What do you like Ano'ng gusto mong kainin?
to eat?

I like to eat *adobo*. Gusto kong kumain ng
adobo.

I like <u>rice</u>. Gusto ko ng <u>kanin</u>.

What's your favorite Ano'ng paborito mong
food? pagkain?

<u>Fish sour soup</u> is my <u>Sinigang</u> ang paborito
favorite food. kong pagkain.

I'm full. Busog na ako.

I'm still full. Busog pa ako.

I'm thirsty. Nauuhaw ako.

Do you want to drink Gusto mo bang uminom?
something?

Yes, just water.	Oo, tubig lang.
Do you drink beer?	Umiinom ka ba ng serbesa?
I don't drink.	Hindi ako umiinom.
I don't like beer.	Ayaw ko ng serbesa.
Yes, I want some wine.	Oo, gusto ko ng alak.
I don't want to drink.	Ayaw kong uminom.

What kind of wine do you like?	Ano'ng klase ng alak ang gusto mo?
I like <u>red wine</u>.	Gusto ko ng <u>red wine</u>.
Do you want to drink some more?	Gusto mo pa bang uminom?

Who is treating/ paying?	Sino ang taya?
It's on me.	Ako ang taya.*

*Taya usually means the "it." In this context, the person will treat. **Ako ang magbo-blow-out**, which has the same meaning, is acceptable.

The next round's on me.	Ang susunod ay sa akin.
Let's go Dutch/pay each own's order!	Kanya-kanyang bayad/ KKB tayo!
Let's have some shots!	Tagay tayo!
O my, I don't like to get drunk.	Naku, ayaw kong malasing.
I'd like a soft drink/ coffee/tea.	Gusto ko ng sopdrink/ kape/tsaa.
Hot or cold?	Mainit o malamig?
How about some dinner?	Gusto mo bang maghapunan?
Is the food ready?	Nakahanda na ba ang pagkain?
It's ready.	Nakahanda na.

Okay, enjoy your meal!	Sige, mag-*enjoy* kayo sa inyong pagkain!
You too.	Ikaw din*/ Kayo rin!*

Ka is "you, singular." Kayo is "you, plural."

Will you try this food?	Susubukan mo ba ang pagkaing ito?
Try this!	Subukan mo!
How does it taste?	Ano ang lasa nito?
Taste it.	Tikman mo.
What's this?	Ano ito?
What do you call this?	Ano'ng tawag dito?
What's that?	Ano iyan?

May I taste?	Patikim.
But of course. Here …	Siyempre naman. Heto …
That looks delicious.	Mukhang masarap iyan.
That smells good.	Masarap ang amoy niyan.
This is like a feast!	Parang piyesta ito!
Very delicious!	Masarap na masarap!
Savory!	Malinamnam!
Do you want more food?	Gusto mo pa ba ng pagkain?
Yes, I'd like more.	Oo, gusto ko pa.
Give me some more.	Bigyan mo pa ako.
Give me a little more.	Dagdagan mo pa.
Just a little bit more.	Konti lang.
Some more.	Sige pa.
Enough?	Tama na?
Enough.	Tama na.
That's more than enough.	Sobra na.

I don't like how this tastes.	Ayaw ko ang lasa nito.
This tastes really bad!	Ang sama ng lasa nito!
I think this is stale.	Sa palagay ko, panis na ito.
Wow, this tastes really good!	Aba, ang sarap ng lasa nito.
Is it spicy?	Maanghang ba?
sweet and sour	matamis at maasim
a little bit salty	medyo maalat
The soup is still hot.	Mainit pa ang sabaw.
I like cold water.	Gusto ko ng malamig na tubig.
I like water but no ice.	Gusto ko ng tubig pero walang yelo.
This tastes awful!	Grabe ang lasa!
This tastes bland!	Matabang ang lasa!
Table for two only, please.	Isang mesa po para sa dalawa lang.
Have you ordered yet?	Umorder ka na ba?
Not yet.	Hindi pa.

May I see the menu.	Patingin ng menu.
I want _____.	Gusto ko ng _____.
She/He wants _____.	Gusto niya ng _____.
May I have some salt and pepper.	Pahingi po ng asin at paminta.
May I request for water.	Pahingi ng tubig.
How do you eat this?	Paano mo kainin ito?
Please bring me a fork.	Bigyan po ninyo ako ng tinidor.
Do you need a knife?	Kailangan mo ba ng kutsilyo?
Can we have our left-overs to go?	Pakibalot ang tira namin.
May I have the bill?	Pakibigay ng chit/bill.
How much is the total for everything? Is the tip included?	Magkano lahat? Kasama na ba ang tip diyan?
Here's our payment.	Heto na ang bayad namin.
Next time, do you want us to have breakfast?	Sa susunod, gusto mo bang mag-almusal tayo?

| lunch | tanghalian |
| dinner/supper | hapunan |

Where do you want to go next?
Saan mo gustong pumunta na susunod?

It's more fun when there's *karaoke*, isn't it?
Mas masaya kapag may *karaoke*, di ba?

You are so right!
Tama ka diyan!

Let's just have coffee and talk story!
Magkape lang tayo at magkuwentuhan!

Okay, let's have some snacks!
Sige, magmerienda tayo!

Some other time.
Sa ibang araw na lang.

7

The Way I Feel!

I like this.	Gusto ko ito.
I like it a lot.	Gustong gusto ko ito.
I don't like.	Ayaw ko./Ayoko.
I really don't like.	Ayaw na ayaw ko.
Which do you like more?	Alin ang mas gusto mo?
Which do you like best?	Alin ang pinakagusto mo?
Do you like to sing?	Gusto mo bang kumanta?
Don't you like to dance?	Ayaw mo bang sumayaw?
I enjoyed it very much.	Nag-*enjoy* talaga ako.

I don't like it very much.	Hindi ko masyadong nagustuhan ito.
I don't like this.	Ayaw ko nito.
I hate it.	Galit ako.
I really hate it.	Galit na galit ako.
No, thank you.	Ayaw ko, salamat na lang.
I want/like …	**Gusto ko ng …**
I want/like a new <u>telephone</u>.	Gusto ko ng bagong <u>telepono</u>.
I want to sing.	Gusto kong kumanta.
I don't want/ don't like …	Ayaw ko ng …

I don't want/like <u>beer</u>.   Ayaw ko ng <u>serbesa</u>.

I don't want to dance.   Ayaw kong sumayaw.

I really like …   Gusto ko talaga …

I really don't like …   Ayaw ko talaga …

I don't need this.   Hindi ko kailangan ito.

This is no good.   Hindi ito maganda.

I didn't expect this.   Hindi ko inaasahan ito.

I'm busy.   Abala ako.

I'm really busy.   Abalang-abala ako./
Bising-bisi ako.

What are you feeling now?   Ano ang nararamdaman mo ngayon?

I'm happy.	Masaya ako.
I'm fine.	Mabuti ako.
I'm okay.	Ayos lang ako./ Okey lang ako.
I'm happy to hear that.	Natutuwa akong marinig iyan.
I'm glad to know that.	Nagagalak akong malaman iyan.
I'm sad.	Malungkot ako.
I'm afraid.	Natatakot ako.
I'm pissed off.	Naiinis ako.
I'm irritated.	Naiirita ako./ Naiimbiyerna ako.
I'm bored.	Nababato ako./ Nababagot ako.
Boring!	Nakakabato!/ Nakakabagot!
I'm mad.	Galit ako.
I'm really mad at you.	Galit na galit ako sa iyo.
I'm getting sick of it./ I'm tired of it.	Sawa na ako.

I'm confused.	Nalilito ako.
I'm going crazy.	Nababaliw/Naloloka ako.
I'm freaked out.	Natotorete ako.
I'm ready.	Handa na ako.
I'm very tired.	Pagod na pagod ako.
I'm sleepy.	Inaantok ako.
I'm hung over.	Na-*hung over* ako.
I'm surprised.	Nagulat ako.
Unbelievable!	Hindi kapani-paniwala!
I don't believe it!	Hindi ako naniniwala!
I'm worried.	Nag-aalala ako.

How awful!	Napakasama!
It's horrible!	Ang sama!
That's terrible!	Grabe naman iyan!
How disgusting!/ How gross!	Nakakadiri!
What a pity!	Kawawa naman!
What a relief! (It's a good thing that it was overcome!)	Mabuti na lang at nairaos din!
I'm relieved to hear that.	Nakakahinga ako nang maluwag na marinig iyan.
I don't feel good.	Masama ang pakiramdam ko.

I feel sick.	Pakiramdam ko may sakit ako!
I have a <u>fever</u>.	May <u>lagnat</u> ako.
… cold.	… sipon.
… flu.	… trangkaso.
… sprain.	… pilay.
That's sickening!	Grabe naman 'yan!
You disappointed me.	Binigo mo ako./ Hindi ako nasiyahan,
I'm disappointed in you.	Hindi ako nasisiyahan sa iyo./Nasira ang pagtingin ko sa iyo.
I'm tired of you.	Pagod na ako sa iyo.
I've had enough of you.	Sawa na ako sa iyo.
Can you do it?	Kaya mo bang gawin ito?
Yes, I can.	Oo, kaya ko.
No, I can't.	Hindi ko kaya.
Alright, I will do it.	Sige, gagawin ko.
I've got to do it.	Kailangang gawin ko ito.

Sorry.	Pasensiya.
I can't help it.	Wala akong magagawa.
I understand.	Nauunawaan ko.
I know.	Alam* ko.
I know that person.	Kilala* ko ang taong iyon.

There are two terms for the word "to know." To know something is **alam**; to know a person is **kilala**.

Do you know that?	Alam mo ba iyon?
Oh, you know ...	O, alam mo ...
I'll think about it.	Pag-iisipan ko.
Give me time to think it over.	Bigyan mo ako ng panahon para pag-isipan ito.

I'll see.   Titingnan ko.

Literally, this means "I'll see about it." This is a common response from Filipinos when they are asked about something and cannot give a straightforward answer of either Yes or No. The idea is not to commit oneself.

I made a mistake.   Nagkamali ako.

I admit it   Inaamin ko.

I blew it.   Sinayang ko.*

*Sinayang ko from the root word, sayang, which means "what a waste." This phrase means "I wasted the opportunity."

Am I right?   Tama ba ako?

Am I wrong?   Mali ba ako?

8

Making the Scene

Do you come here often?	Madalas ka ba rito?
How often do you come here?	Gaano ka kadalas pumunta rito?
Just once in a while.	Paminsan-minsan lang.
Have we seen each other before?	Nagkita na ba tayo noon?
Are you having a good time?/ Are you enjoying?	Nag-*enjoy* ka ba?
Looks like you are having a good time!/ You are enjoying!	Mukhang nag-*enjoy* ka!
Yes, I am having fun!/ I am enjoying!	Oo, nag-*enjoy* ako.

We are having a good time, aren't we?/ We are enjoying, aren't we?   Nag-*enjoy* tayo, di ba?

This place is fun.   Masaya ang lugar na ito./ Masaya dito.

Can I join you?   Pwede bang tumabi sa iyo?

Can I buy you a drink?   Maaari ba kitang bilhan ng inumin?

Let's drink!   Uminom tayo!/ Mag-inuman na tayo!

What would you like to drink?   Ano ang gusto mong inumin?

Do you smoke?   Naninigarilyo ka ba?

Would you like a cigarette?   Gusto mo ba ng sigarilyo?

Do you have a light?	May pansindi ka ba?
May I sit here?	Puwede ba akong umupo rito?
Has someone reserved this seat?	May nakareserba ba sa upuang ito?
Is someone sitting here?	May nakaupo ba rito?
Yes, someone's sitting here.	Oo, may nakaupo rito.
None, no one's sitting here.	Wala, walang nakaupo rito.
May I sit down?	Maaari ba akong maupo?
Sure. Please sit down.	Okey. Maupo ka.
What's your name?	Ano ang pangalan mo?
My name is _____.	_____ ang pangalan ko.
I'm _____.	Ako si _____.
And you?	At ikaw?
Me?	Ako?
Guess what it is!	Hulaan mo kung ano.
What's your last name?	Ano'ng apelyido mo?

My last name is _____.   _____ ang apelyido ko.

Do you have a nickname?   May palayaw ka ba?

Yes, I have a nickname.   Oo, may palayaw ako.

No, I don't have a nickname.   Wala, wala akong palayaw.

What is your nickname?   Ano ang palayaw mo?

My nickname's _____.   _____ ang palayaw ko.

Hello! I am pleased to meet you!   Kumusta? Nagagalak akong makilala ka!/ Ikinagagalak kitang makilala!

Can I have your phone number?   Pwede bang makuha ang phone number mo?

Do you have a Facebook (account)?   May Facebook ka ba?

What kind of phone do you have?   Anong klaseng telepono meron ka?

My phone is kind of new. I don't know how to use it yet. Can you teach me?   Bago ang telepono ko. Hindi ko masyadong alam gamitin. Pwede mo ba akong turuan?

Here's my phone number.

Heto ang phone number ko.

I hope we can text each other.

Sana, magka-text-an tayo.

What's your email?

Anong email mo?

Are you here alone?

Nag-iisa ka ba rito?/ Ikaw lang ba rito?

Yes, I'm here alone.

Oo, nag-iisa ako rito.

No, I'm here with my friends/partner.

Hindi, kasama ko rito ang aking mga kaibigan/ kasintahan/siyota.

Did you two come here together?

Magkasama ba kayong pumunta dito?

Where are you from?	Taga-saan ka?
I'm from _____.	Taga-_____ ako.
Where do you live?	Saan ka nakatira?
What city do you live in?	Saang lungsod ka nakatira?
Have you been here long?	Matagal ka na ba rito?
Just a few days.	Ilang araw lang.
How long are you staying here?	Gaano ka katagal dito?
We're probably leaving tomorrow.	Siguro aalis na kami bukas.
Where are you staying here?	Saan ka nakatira dito?
I'm staying in a hotel.	Nakatira ako sa otel.
I'm staying with friends.	Nakikitira ako sa aking mga kaibigan.
How long have you been in the Philippines?	Gaano ka na katagal sa Pilipinas?
About six months.	Mga anim na buwan.

Going one year already.	Mag-iisang taon na.
How old are you?	Ilang taon ka na?

Asking about the age, especially of women, is generally a sensitive issue. Normally, it is a question that's not brought up especially when you have just met a person.

I'm ... (years old).	Ako ay ... (taong gulang).
Are you a student?	Estudyante ka ba?
Your English is good.	Mahusay ang Ingles mo.
Where did you learn (English)?	Saan ka natuto (ng Ingles)?
What's your job?	Ano ang trabaho mo?
None but I am a student.	Wala pero estudyante ako.

What's your major?	Ano ang medyor mo?
My major is <u>Computer Science</u>.	<u>Computer Science</u> ang medyor ko.
Where do you go to school?	Saan ka nag-aaral?
At _____ (name of school).	Sa _____ (pangalan ng eskuwelahan).
I'm a _____.	_____ ang trabaho ko.
I work at a call center.	Nagtatrabaho ako sa <u>call center</u>.
I'm a secretary at _____.	Sekretarya ako sa_____.
That's a good job.	Magaling na trabaho iyan.
Where do you work?	Saan ang trabaho mo?
In downtown.	Sa *downtown*.
Do you like your job?	Gusto mo ba ang iyong trabaho?
Most of the time.	Kadalasan.
Do you have a boyfriend/girlfriend?	May nobyo/nobya ka na ba? May siyota ka na ba?
Yes, I have.	Oo, meron.

No, I don't have.	Wala, wala.
I'm single.	Dalaga/Binata ako.

*A dalaga is a bachelorette; a binata is a bachelor.

Are you married?	May asawa ka ba?
I'm married.	May-asawa na ako.
I'm separated.	Hiwalay ako.
I'm divorced.	Diborsiyado ako.
I live alone at home.	Mag-isa lang ako sa bahay.
I live with someone.	May kinakasama ako.
That's none of your business.	Wala ka na roon.
What do you do during your spare time?	Ano ang ginagawa mo kapag may ekstrang panahon ka?
I enjoy listening to music.	Nag-*enjoy* ako sa pakikinig ng musika.
I like movies.	Gusto ko ang mga sine.
I like to watch movies.	Gusto kong manood ng mga sine.
What are your favorite movies?	Ano ang mga paborito mong sine?

My favorite are comedy films. And you?	Mga *comedy* na pelikula ang mga paborito ko. At ikaw?
Really? Me too.	Talaga? Ako rin.
What hobbies do you have?	Ano ang mga libangan mo?
What music do you like?	Anong musika ang gusto mo?
Do you know this song?	Alam mo ba ang awiting ito?
Yes, I know it.	Oo, alam ko.
No, I don't know it.	Hindi, hindi ko alam ito.
This is the first time I'm hearing it.	Ngayon ko lang narinig ito.
Shall we dance?	Puwede ba tayong magsayaw?
I can't dance.	Hindi ako marunong sumayaw.
Do you feel like dancing?	Gusto mo bang sumayaw?
Not really.	Hindi.
I don't feel like dancing yet.	Ayaw ko pang sumayaw.

You're a good dancer.	Mahusay kang sumayaw.
How do you know of this place?	Paano mo alam ang lugar na ito?
I heard from my friends.	Narinig ko sa aking mga kaibigan.
Where else do you go to dance?	Saan ka pa pumupunta para magsayaw?
Let's party!	Magparti na tayo!
Let's get drunk!	Magpakalasing tayo!
What are you drinking?	Ano ang iniinom mo?
Have you been drinking a lot?	Marami ka na bang nainom?

Well, drink some more!	Sige, inom pa!
You need to drink more.	Kailangang uminom ka pa.
You're a strong drinker.	Malakas kang uminom.
Are you drunk?	Lasing ka na ba?
Haven't you drunk too much?	Marami ka na bang nainom?
Maybe you should stop drinking.	Siguro dapat tumigil ka na sa pag-inom.
Are you okay?	Okey ka pa ba?
Will you be driving?	Magmamaneho ka ba?
Yes, I brought my car.	Oo, dala ko ang kotse ko.
You should stop drinking if you are driving.	Dapat tumigil ka na sa pag-inom kung magmamaheho ka.
It's against the law to drive while intoxicated.	Bawal ang magmaneho kung nakainom.
What time did you come here?	Anong oras ka dumating dito?

What time do you have to be home?	Anong oras ka dapat nasa bahay na?
It depends.	Depende.
If I have a good time, I'll won't leave.	Kung mag-*enjoy* ako, hindi ako aalis.
If this gets boring, I'll go home.	Kung mababagot ako, uuwi ako.
I'll help you to have a good time.	Tutulungan kita para mag-*enjoy* ka naman.
What's next?	Ano ang susunod?
Shall we leave?	Aalis na ba tayo?
Shall we go somewhere else?	Pupunta ba tayo sa ibang lugar?
Shall we go for a walk?	Maaari bang maglakad-lakad tayo?

Shall we go for a drive?	Pwede bang sakay tayo sa kotse para magpasyal?
Yes, let's go.	Oo, tayo na.
No, I can't, but thank you.	Hindi ako pwede, salamat na lang.
I don't feel like it.	Wala akong gana.
Can my friends come?	Maaari bang sumama ang mga kaibigan ko?
Where shall we go?	Saan tayo pupunta?
What shall we do?	Ano ang gagawin natin?
It's up to you.	Ikaw ang bahala.*/ Bahala na.*

*Bahala na is a very common expression which roughly translates to "Whatever." Ikaw ang bahala means "you decide."

Anywhere's okay?	Kahit saan okey ba?
I'd like to stay here longer.	Nais ko pang magtagal pa dito.
Don't go yet!	Huwag ka munang umalis!
Go later!	Saka ka na umalis!
I'll take you home.	Ihahatid kita sa inyo.

Do you want to come to my place?   Gusto mo bang pumunta sa bahay ko?

If the person being asked is a male or a close female friend, this is normal, but if one is asking a female acquaintance, the person asking should be very careful and must explain the purpose of the invitation, otherwise it might be interpreted as an invitation to sex. Actually, it would depend on how liberated or modern the woman is so as to determine whether or not asking this question would cause offense.

Sorry, but you are not my type.   Pasensiya na pero hindi kita tipo.

Can we just be friends first?   Pwede bang magkaibigan na lang muna tayo?

Yes, of course.   Oo naman.

I'm not sure.   Hindi ko sigurado.

Just for coffee.   Magkape lang tayo.

Yes, let's go.   Oo, tayo na.

Goodbye.   Bay/Paalam/Adiyos.

We'll see each other again tomorrow.   Magkita tayo ulit bukas.

Sleep tight   Matulog ka nang mahimbing.

There's no translation for "Good Night," only "Good Evening" which is **Magandang gabi**.

9

Check It Out!

Look!	Tingnan mo!
Look at this!	Tingnan mo ito!
Look at that!	Tingnan mo 'yan!*/ Tingnan mo 'yon!*

Both **iyan** and **iyon** mean "that." However, in terms of distance **iyon** is really far away from both the speaker and the listener in the conversation.

Take a look.	Tumingin ka.
Don't look!	Huwag kang tumingin!
Don't look at this/ that.	Huwag mong tingnan ito/ iyon.
Can you see it?	Nakikita mo ba?
Did you see it?	Nakita mo ba?

I can see it clearly.	Nakikita ko nang malinaw.
I saw it.	Nakita ko.
I didn't see it.	Hindi ko nakita.
I don't want to see it.	Ayaw kong tingnan.
What is there to see here?	Ano ang makikita dito?
Have you seen Jeff?	Nakita mo ba si Jeff?
I want to see you soon.	Gusto kitang makita kaagad.
I've been wanting to see you.	Matagal na kitang gustong makita.
I saw Paul the other day.	Nakita ko si Paul noong isang araw.

I'm going to see Kim next week.	Magkikita kami ni Kim sa susunod na linggo.
I'll show you!	Ipakikita ko sa iyo!
I won't show you.	Hindi ko ipakikita sa iyo.
Do you want to watch?	Gusto mo bang manood?
Yes, I want to.	Oo, gusto ko.
What movie?	Ano'ng sine/pelikula?
Where?	Saan?
Let's go shopping!	Mag-shopping tayo!
Let's look at the sale.	Tingnan natin ang mga *sale*.
I want to look for new clothes.	Gusto kong tumingin ng mga bagong damit.
Do you want us to go *karaoke*?	Gusto mo bang mag-*karaoke* tayo?
Do you want to go bowling?	Gusto mo bang mag-*bowling*?
Do you want to check out the new restaurant?	Gusto mo bang pumunta sa bagong restawran?
Do you want to go clubbing?	Gusto mo bang mag-*clubbing*?

Where's a nice place?	Saan kaya ang magandang lugar?
Do you know of a nice club?	May alam ka bang magandang club?
Yes, I know.	Oo, may alam ako.
Who is your new friend?	Sino ang bagong kaibigan mo?
Who is he/she?	Sino siya?
She/He is _____ .	Siya si _____ .
I want to meet him/her. or **I want to get to know him/her.**	Gusto ko siyang makilala.
So we meet again!	At nagkita ulit tayo!

Okay, see you later.	Sige, magkita tayo mamaya.
Okay, see you soon.	Sige, magkita tayo sa mas lalong madaling panahon.
Okay, see you in a little while.	Sige, magkita tayo maya-maya.
Until we see each other	Hanggang sa muli nating pagkikita.
Watch out for her/him!	Mag-ingat ka sa kanya!*/ Ingatan mo siya!**

*Literally means, "Take care of yourself when you encounter that person."

**This means, "Take care of him/her."

10

Curses and Insults

Oh what?	O, ano ba?
Are you insulting me?	Nang-iinsulto ka ba?
Who are you?	Sino ka ba?
Who do you think you are?	Anong akala mo sa sarili mo?
You are rude!	Bastos ka!
Stupid!	Tanga!
Fool!	Gago/Gaga!
Dumb!	Bobo!
Fuck!	Puta/Punyeta!
Idiot!	Tarantado!

Shit!	Tae!
Bitch!	Puta!
Prostitute!	Pokpok!
What do you want?	Ano ang gusto mo?
Do you want to say something?	May gusto ka bang sabihin?
Don't look at me!	Huwag mo akong tingnan!
What are you staring at?	Ano ang tinitingnan mo?
What did you say?	Ano ang sinabi mo?
Who do you think you're talking to?	Sino sa akala mo ang kausap mo?
Do you know who I am?	Alam mo ba kung sino ako?
Why do you talk like that?	Bakit ka nagsasalita nang ganyan?
Come here, I'll teach you some manners!	Halika rito, tuturuan kita ng magandang asal!
Don't mess around with me!	Huwag kang makipag-lokohan sa akin!
Stop it!	Tumigil ka na!

Shut up!	Tumahimik ka na!
What are you doing?	Ano ang ginagawa mo?
What did you hit me for?	Bakit mo ako pinagbu-hatan ng kamay?
Why did you push me?	Bakit mo ako itinulak?
Don't hurt me!	Huwag mo akong saktan!
Don't do it again!	Huwag mo nang gagawin uli iyan!
I'm going to kill you	Papatayin kita!
Are you going to fight with me?	Lalabanan mo ba ako?
Okay, let's fight!	Sige, laban na kung laban!
Ouch!	Aray!

That hurts!	Masakit iyan!
What's the problem?	Ano'ng problema?
Don't!	Huwag!
Help!	Tulong!/Saklolo!
You're making me laugh!	Pinatatawa mo ako!
You deserve it.	Nararapat sa iyo iyan!
You win.	Panalo ka.
You're right.	Tama ka.
I was wrong.	Mali ako.
It was my fault.	Kasalanan ko.
It's you who's at fault.	Ikaw ang may kasalanan.
Forgive me.	Patawarin mo ako.
Say you're sorry.	Sabihin mo na humingi ka ng tawad/pasensiya.
I'm sorry.	Pasensiyahan mo ako.
I forgive you.	Pinapatawad kita.
You're stupid!	Tanga ka!
That's stupid!	Katangahan iyan.

What you did was stupid!	Katangahan ang ginawa mo!
You're insane!	Baliw ka!
Crazy!	Ulol!
Liar!	Sinungaling!
You've got a big mouth!	Dalahira ka!
Use your brain!	Gamitin mo ang iyong utak!
You flirt!	Malandi ka!
You bitch!	Putang ina mo!*
You bastard!	Anak ka sa labas!
Son of a bitch!	Anak ka ng ina mo!*/ Putang ina mo!*

* Except in intense anger, Filipinos would normally not utter these words. It is common to hear people say **Anak ka ng tatay mo** or **Anak ka ng nanay mo**, which if said in anger has the same meaning as "You bastard!" **Anak ka sa labas!**, but in a less aggressive way. In some cases, Filipinos would say **Tinamaan ka ng magaling** or **Lintik talaga**, which is said when a person is disappointed but is not cursing another.

Shorty!	Pandak!
Fatso!	Tabachoy!

Cross-eyed!	Duling!
Weakling!	Lampa!
Stupid!	Bobo!
Flirt!	Malandi!
Lewd!	Malaswa!
Gossiper!	Tsismosa/Tsismoso ka!
Invalid!	Inutil ka!
You are useless!	Wala kang silbi!
You ain't got balls!	Wala kang bayag!
Your thing is small!	Maliit ang ari mo!
You're a demon!	Demonyo ka!
You're so evil!	Ang sama mo!
You're ugly!	Pangit ka!
You're the lowest!	Ikaw ang pinakamababa!
You're so cocky!	Masyado kang mayabang!
You're a tightwad!	Kuripot ka!
Damn you!	Leche ka!/Lintek ka!
Go to hell!	Pumunta ka sa impiyerno!

Fuck you! Putang ina mo!

*This is a literal equivalent, and is used as an insult similar to "Your mother is a prostitute" **Putang ina mo**. The word **puta** comes from Spanish for "whore," and **ina** comes from the Tagalog word for "mother."

Don't touch me!/ Take your hands off me! Huwag mo akong hawakan!

I think you're trying to trick me! Sa palagay ko niloloko mo ako!

This can't be so expensive. Hindi pwedeng ganito kamahal.

This is different from what I've heard! Iba ito sa aking narinig!

If you think I don't know anything, you're wrong! Kung sa akala mo ay wala akong alam, nagkakamali ka!

Don't think I'm stupid!	Sa palagay mo ba tunggak ako!
Explain to me why!	Ipaliwanag mo sa akin kung bakit!
Think about it!	Pag-isipan mo ito!
Don't you think you're wrong?	Naisip mo ba na mali ka?
I want to talk to the manager!	Nais kong kausapin ang manedyer!
What do you think of me, I don't have money to pay?/ I'm poor?	Ano sa tingin mo sa akin, wala akong perang pambayad?/Mahirap ako?
I'll never come here again!	Hindi na ako babalik dito kailanman!
I'll tell all my friends!	Sasabihin ko sa lahat ng aking kaibigan!
Tell me your name!	Sabihin mo sa akin ang pangalan mo!
You'd better remember what you tried to do!	Dapat tandaan mo ang sinubukan mong gawin!
You are a pig!	Baboy ka!
You are a beast!	Hayop ka!

You have no shame!	Walanghiya ka!
You are annoying/ irritating!/nuisance!	Buwisit ka!
You are a traitor!	Traidor ka!/Hudas ka!
You will see!	Makikita mo!

Literally means "you will see!" **Kapag tsinismis mo ako, makikita mo!** If you gossip about me, you'll see (what might happen/what I'm capable of doing to you)!

You are good for nothing!	Wala kang kwenta!
You are ungrateful!	Wala kang utang na loob!
Are you swearing at me?	Minumura mo ba ako?
What happened to you?	Ano'ng nangyari sa iyo?
Why did you become like that?	Bakit ka nagkaganyan?
If you don't stop, you will feel my wrath.	Kapag hindi ka pa tumigil, makakatikim ka sa akin.
Stop it or heaven knows what I might do.	Tumigil ka na at kung ano pa ang gagawin ko.

11

Getting Serious

I'm serious about you.	Seryoso ako sa iyo.
I want to get to know you.	Gusto kitang makilala.
I want to know more about you.	Gusto kong mas makilala pa kita.
I want to know all about you.	Nais kong malaman ang lahat tungkol sa iyo.
I'll tell you.	Sasabihin ko sa iyo.
Shall we meet again?	Magkikita pa ba tayo ulit?
Are you doing anything tonight?	May gagawin ka ba ngayong gabi?
Are you free over the weekend?	Libre ka ba sa Sabado at Linggo?

Would you like to go out with me?	Gusto mo bang lumabas tayo?
I can't.	Hindi ako pwede.
But I already have a boyfriend/girlfriend.	Pero may kasintahan na ako./May nobyo/nobya na ako./May siyota na ako.
When can I see you again?	Kailan kita makikitang muli?
Do you have any plans for tonight?	May plano ka ba ngayong gabi?
I already have a date.	Mayroon na akong ka-*deyt*.
What's the plan, then?	Ano na ang plano?
Where shall we meet?	Saan tayo magkikita?
May I call you?	Maaari bang tawagan kita?

May I have your phone number?	Pwede bang malaman ang numero ng telepono mo?
Here's my phone number.	Heto ang numero ng aking telepono.
Do you have something to write with?	Mayroon ka bang pansulat?
Will you call me?	Tatawagan mo ba ako?
But of course.	Siyempre naman.
You look great!	Napakaganda mo!
You're a good dancer.	Ang galing mong sumayaw!
Not really.	Hindi naman.
You're very nice.	Napakabait mo.
I enjoyed myself.	Nag-*enjoy* ako.
It was so fun!	Ang saya-saya!
I like being with you.	Gusto ko na kasama ka.
Take care of yourself!	Alagaan mo ang iyong sarili.
Take care!	Mag-ingat ka!/Ingat!
See you later.	Magkita tayo mamaya.

Until next time.	Hanggang sa muli.
Okay, see you tomorrow.	Sige, magkita tayo bukas.

TALKING ON THE PHONE

Hello, good morning!	Hello, magandang umaga po!
Good noon (greetings around noontime/ lunchtime).	Magandang tanghali po.
Good afternoon.	Magandang hapon po.
Good evening.	Magandang gabi po.
Is Mary there?/ Is Mary home?	Nandiyan po ba si Mary?
May I speak with Mary?	Pwede bang makausap si Mary?
Who's calling?	Sino po sila? (formal)/ Sino ito?
This is Danny.	Si Danny po ito.
Yes, she's here.	Opo, nandito po siya.
Hold on please./One moment please.	Sandali lang po.

Mary, telephone, you have a call!	Mary, telepono, may tawag ka!
Sorry, but she's not here.	Pasensiya po, pero wala po siya.
Mary is out.	Lumabas si Mary.
When is she coming back?	Kailan po siya babalik?
What time is she coming back?	Anong oras po siya babalik?
May I leave a message?	Pwede po bang mag-iwan ng mensahe?

Notice the use of **po** in the expressions/conversation. **Po**, or its variation **ho**, is called a polite particle. It is used when talking to someone who is regarded with respect, such as an older person or one with authority.

Please tell her I called.   Pakisabi na lang na
tumawag ako.

I will just call later.   Tatawag na lang ako
mamaya.

**Okay, thank you
very much.**   Sige po, maraming
salamat po.

This is Robert.   Ito si Robert.

Are you doing okay?   Okey ka ba?

**What have you been
doing?**   Ano ang ginagawa mo?

I miss you.   *Miss* kita!

I dream about you.   Napapanaginipan kita.

**You are always in
my mind.**   Lagi kang nasa aking
isipan.

**I think about you
all day.**   Nasa isip kita buong araw.

I want to see you.   Gusto kitang makita.

Shall we meet now?   Pwede ba tayong magkita
ngayon?

Will you pick me up?   Susunduin mo ba ako?

Shall I pick you up?   Susunduin ba kita?

If you can.	Kung pwede ka.
I can't go out now.	Hindi ako makakalabas ngayon.
I have to be home by 9 p.m. …	Kailangang makauwi ako ng bahay ng alas 9 ng gabi …

COMMUNICATING

I will text you everyday.	Mag-tetext ako sa iyo araw-araw.
I'll call you again.	Tatawagan kita uli.
I'll call you tomorrow at six o'clock.	Tatawagan kita bukas ng alas-sais.
I'll write you a letter.	Susulatan kita.
Will you write me a letter?	Susulatan mo ba ako?
Okay, I will email you right away.	Sige, mag-email ako sa iyo kaagad.
I'll call you from America.	Tatawagan kita mula sa Amerika.
I'll call you when I return.	Tatawagan kita pagbalik ko.
When will you be back?	Kailan ka babalik?

I'll be back soon.	Babalik ako kaagad.
Do you have to go?	Kailangan ka bang umalis?
Please don't go!	Huwag kang umalis!
Stay here with me!	Dito ka na lamang sa piling ko!
Please understand.	Unawain mo sana.
I have to go because it's my job.	Kailangang umalis ako dahil sa trabaho ko.
Take care of your health.	Alagaan mo ang iyong kalusugan.
Please wait for my return.	Hintayin mo ang aking pagbabalik.
I'll be waiting for you.	Maghihintay ako sa iyo.
Just wait for me, okay?	Basta, hintayin mo ako, okey?
Don't fool me!	Huwag mo akong lolokohin!
Don't cry.	Huwag kang umiyak.
Wipe away your tears.	Pahirin mo ang iyong luha.
I can't stand it!	Hindi ko na matiis!

It's difficult for me too.	Napakahirap din ito para sa akin.
You are the woman I have been looking for.	Ikaw na ang babaeng hinahanap ko.
I want to marry you.	Gusto kitang pakasalan.
I want you to be my wife/my husband.	Gusto kitang maging asawa.
I really love you.	Mahal na mahal kita talaga.
I can't bear to let you go.	Hindi ko kaya na mawala ka sa akin.
Me too. We both feel the same way.	Ako rin. Pareho pala tayo ng nararamdaman.
Promise.	Pangako.
Do you know what you are saying?	Alam mo ba kung ano ang sinasabi mo?
I want you to meet my family.	Gusto kong makilala mo ang pamilya ko.
Are you sure?	Sigurado ka?
Are you serious?	Seryoso ka ba?

12

Lovers' Language

I love you.	Mahal kita.*/ Iniibig kita.*
I love you, too.	Mahal din kita./ Iniibig din kita.

***Kita** is what is called a double pronoun. It is used to include both you and me; I (**ako**) and you (**ikaw/ka**).

I'm in love with you.	Umiibig ako sa iyo.
I'm in love with you, too.	Umiibig din ako sa iyo.
My love.	Mahal ko/Pag-ibig ko.
My love for you.	Pag-ibig ko sa iyo.
I need you.	Kailangan kita.
You're the only one I love.	Ikaw lang ang mahal ko.

You are everything to me.	Ikaw ang lahat sa akin.
I'm fond of you.	Kinagigiliwan kita.
I feel strongly about you.	Matindi ang tama ko sa iyo.
I'm crazy about you!	Nababaliw ako sa iyo!
I'm yours.	Ako ay sa iyo.
You're mine.	Ikaw ay sa akin./ Akin ka.
You're beautiful.	Maganda ka.
You look handsome.	Guwapo ka./ Magandang lalaki ka.*

*Normally a male is not regarded as **maganda** "beautiful." If you wish to use the word, it should be combined with the word **lalaki**. To Filipino males, **maganda** is feminine and being in a macho country, a male would not relish the idea of being called "beautiful."

You're attractive.	Nakakahalina ka.
You have such a sweet smile.	Napakatamis ng iyong ngiti.
You're sexy!	Seksi ka!
Look at me.	Tingnan mo ako.
You have a beautiful body.	Maganda ang iyong katawan.
You have a smooth face!	Ang kinis ng mukha mo!
You have beautiful <u>eyes</u>.	Maganda ang iyong mga <u>mata</u>.
... lips	... labi
... hands	... kamay
... teeth	... ngipin
... legs	... binti
... breasts	... suso
... nose	... ilong
... neck	... leeg
... hair	... buhok
You smell sweet.	Napakabango mo.

May I kiss you?	Maaari ba kitang halikan?
Okay, kiss me.	Sige, halikan mo ako.
Where?	Saan?

If a woman and a man are already lovers, this question is not normally asked. But if a man is still courting a Filipina, he is bound to hear this question.

On the cheek?	Sa pisngi?
On the lips?	Sa labi?
I want to hold your hand.	Gusto kong hawakan ang iyong kamay.
Come closer to me!	Lumapit ka pa sa akin!
Can I come closer to you?	Pwedeng bang lumapit pa sa iyo?

Hug me.	Yakapin mo ako.
Tighter.	Higpitan mo.
Take off your shoes/ socks/clothes.	Alisin mo ang iyong sapatos/medyas/damit.
Take off your bra/ panties/underwear.	Alisin mo ang iyong bra/ panti/damit panloob.
Take off your clothes!	Maghubad ka!
I'm not ready for that.	Hindi pa ako handa para diyan.
I don't want to rush into it.	Ayokong magmadali sa mga ganyan.
Don't worry! I'll take care of it!	Huwag kang mag-alala! Ako ang bahala!
I'm cold!	Nilalamig ako./ Giniginaw ako.
Make me warm!	Painitin mo ako!
That tickles!	Nakakakiliti iyan!
I want to see your...	Gusto kong makita ang iyong...
I want to kiss your...	Gusto kong halikan ang iyong...

I want to suck your... Gusto kung tsupain* ang iyong …/Gusto kung supsupin ang iyong …

* The word **tsupa(in)** is from the Spanish *chupar* "to suck." It is used more in reference to the male sex organ as in "I'll suck your dick" **Tsutsupain ko ang titi mo.**

toes	daliri ng paa
genital	ari*

*This is used in conjunction with the gender reference to indicate the appropriate sex organ, as in **ari ng lalaki** "penis" or **ari ng babae** "vagina."

breasts	suso
chest	dibdib
nipple	utong
vagina*	puki/kiki

*As in other languages, there are a variety of names to refer to the female sex organ, such as **kepyas, kiki, ari ng babae, pekpek, monay, quepay, quekiam, pukengkay, kengkeng, kingking, bilat** and **puday.**

penis/dick	titi

As in other languages, there are a variety of names to referring to the male sex organ, such as **uten, batuta, yagbols,** and **ari ng lalaki.** "He has a big dick" is **Malaki ang kaniyang titi** or **Dako ang kaniyang titi.**

balls	bayag

It is common to hear someone say **Walang bayag** or **Walang itlog.** The phrases do not literally mean "He has no balls" **Wala siyang bayag.** Rather, they are idiomatic expressions which mean that the person is a coward.

butt	tumbong/puwet

Will you spend the night with me?	Pwede bang samahan mo ako ngayong gabi?
I'd like to go to bed with you.	Gusto kong magtabi tayo sa kama.
Do you want to have sex?	Gusto mo bang makipagseks?
No, I don't like to have sex yet.	Ayaw, ayaw ko pang makipagseks!
Cannot, we're not married yet.	Hindi pwede, hindi pa tayo kasal.
My parents are strict.	Istrikto ang mga magulang ko.
Once we're married, then we can.	Kung kasal na tayo, pwede na.
Not ready yet.	Hindi pa ako handa.
I'm not going to force you if you don't like it.	Hindi kita pipilitin kung ayaw mo.
Okay, yes.	Sige, oo.
I'm embarrassed.	Nahihiya ako.
Don't be shy.	Huwag kang mahiya.
Close your eyes.	Ipikit mo ang iyong mga mata.

Turn off the light.	Patayin mo ang ilaw.
Will you look the other way for a second?	Maaari bang tumingin ka sandali sa ibang dako?
Is this your first time?	Ito ba ang una mo?
Tell me the truth.	Sabihin mo sa akin ang totoo.
I am still a virgin.	Birhen pa ako.
I'm scared.	Natatakot ako.
Don't worry.	Huwag kang mag-aalala.
It's going to be okay.	Okey lang ito
I'll be careful.	Mag-iingat ako.
Treat me gently.	Dahan-dahan ka lang sa akin.

If it hurts, let me know.	Kung masakit, sabihin mo lang.
It hurts a lot!	Napakasakit!
I'm afraid I'll get pregnant.	Natatakot akong magbuntis.
I don't want to have a baby.	Ayaw kong magkaanak.

We have to be careful about AIDS.	Kailangang mag-ingat tayo sa AIDS.
We shouldn't take any risks.	Hindi tayo dapat sumuong sa panganib.
What we are doing is a bit risky.	Medyo delikado ang ginagawa natin.
Will you use protection?	Gagamit ka ba ng proteksiyon?

Only if we use a condom.	Kung gagamit lang tayo ng kondom.
I don't like to wear a condom.	Ayaw kong gumamit ng kondom.
If you don't wear a condom, I won't do it.	Kung hindi ka gagamit ng kondom, ayaw kong gawin ito.
Do you have a condom?	Mayroon ka bang kondom?
None? Then the answer's no.	Wala? Kung gayon ang sagot ay hindi.
Are you on the pill?	Umiinom ka ba ng *pills*?
Is today safe for you?	Ligtas ka ba sa pagbubuntis ngayon?
It's been a long time.	Napakatagal nang panahon.
How do you want me to do it?	Ano ang gusto mong gawin ko?
I feel so good.	Ang sarap ng pakiramdam,
Touch me.	Haplusin mo ako.
Bite me.	Kagatin mo ako.
Love me more.	Mahalin mo pa ako.

More and more.	Sige pa.
Do the same thing again.	Gawin mo uli.
Stronger.	Mas malakas.
Softer.	Mahinay lang.
Faster.	Bilisan pa!
Slower!	Bagalan mo!
Hurry up!	Bilisan mo!/Dalian mo!
Deeper.	Mas malalim pa.
I'm coming.	Nandiyan ako!
Wait, wait!	Sandali, sandali!
Did you like that?	Gusto mo niyan?/ Nagustuhan mo ba iyon?
Did you come?	Nilabasan ka ba?
I came.	Nilabasan ako.
Like this?	Ganito ba?
Like that?	Ganyan ba?
I like you.	Gusto kita.
I want to see you.	Gusto kitang makita.

I like to call you.	Gusto kitang tawagan.
That was good!	Napakasarap 'yon!
That was wonderful!	Napakagaling 'yan!
One more time?	Isa pa?
That's enough for now!	Tama na muna!
Will you marry me?	Pakakasalan mo ba ako?
Of course, yes!	Oo, siyempre!
Okay, let's get married.	Sige, magpakasal na tayo.
I want you to be my wife/husband.	Gusto kitang maging asawa.*

*In Tagalog, the term **asawa** refers to either "wife" or "husband."

Would you like to come with me to America/Australia/ Europe?	Gusto mo bang sumama sa akin sa Amerika/ Australya/Europa?
Yes, I would like to.	Oo, gusto kong sumama.
I don't want to leave you.	Ayaw kong iwan ka.
I want to stay with you forever.	Nais kong kasama ka magpakailanman.

I won't neglect you.	Hindi kita pababayaan.
I need you.	Kailangan kita.
I don't know what to do if you are gone.	Hindi ko alam ang gagawin ko kung wala ka na.

13

The Other Side

It's over.	Tapos na.
We are done.	Tapos na tayo.
I'm sorry it didn't work out.	Pasensiya na at hindi tayo nagkatuluyan.
We belong to different worlds.	Magkaiba ang ating mundo.
What you want is different from what I want.	Iba ang gusto mo sa gusto ko.
I don't want to get married yet.	Ayaw ko munang magpakasal.
I don't want to get engaged yet.	Ayaw ko munang makipagnobyo.

I don't want to think about marriage yet.	Ayaw ko munang isipin ang tungkol sa pag-aasawa.
I'm too young.	Ang bata ko pa.
It's not time for me to get serious.	Hindi pa panahon para maging seryoso ako.
I love you but I can't marry you.	Mahal kita pero hindi kita maaaring pakasalan.

I'm already married.	Kasal na ako./ May asawa na ako.
You fooled me!	Niloko mo ako!
I need time to myself.	Kailangan ko ng panahon para sa sarili ko.
I need time to think.	Kailangan ko ng panahon upang mag-isip.

This is so sudden.	Biglaan naman ito.
We must think about this.	Kailangang pag-isipan natin ito.
You don't love me anymore, do you?	Hindi mo na ba ako mahal?
Do you have another girlfriend/boyfriend?	Mayroon ka bang ibang nobya/nobyo/ kasintahan*/siyota*?

*The word **kasintahan** or **siyota** can refer to either a boyfriend or a girlfriend.

Please tell me, I want to know.	Sabihin mo naman sa akin, gusto kong malaman
Let's not see each other again.	Huwag na tayong magkitang muli.
I can't see you anymore.	Hindi na ako maaaring makipagkita sa iyo.
I don't want to see you anymore.	Ayaw na kitang makita.
I loved you but I have already someone else.	Minahal kita pero meron na akong iba.
I have another girlfriend/boyfriend.	Mayroon na akong iba. *or* Mayroon akong ibang nobya/nobyo/ kasintahan/siyota.

What does she/ he have that I don't have?	Ano'ng meron siya na wala ako?
I like you, but I don't love you anymore.	Gusto kita, pero hindi na kita mahal.
I'm not interested in you anymore.	Hindi na ako interesado sa iyo.
It hurts but I can't do anything.	Masakit man ito pero wala akong magagawa.
Being with you is no fun.	Hindi na masaya pag kasama kita!
You're boring!	Nakakabato ka!/ Nakakabagot ka!
You're annoying!	Nakakainis ka!
I am mad at you!	Galit ako sa iyo!
I hate you!	Galit na galit ako sa iyo!
I'm not good for you.	Hindi ako nararapat para sa iyo.
We are not meant for each other.	Hindi tayo para sa isa't isa.
Forget about me.	Kalimutan mo na ako.
I won't call you anymore.	Hindi na kita tatawagan.

Don't call me again.	Huwag mo na akong tatawagan.
I'm going to change my phone number.	Magpapalit ako ng numero ng telepono.
Don't be persistent!	Huwag mong ipagpupumilit
Stop bothering me!	Huwag mo na akong istorbohin!/Tigilan mo na ang pang-iistorbo sa akin!
Get lost!	Layas!
I'm sorry I haven't been a good girlfriend/boyfriend.	Pasensiya, hindi ako naging mabuting nobya/nobyo/ kasintahan/siyota.
It's my fault.	Kasalanan ko.

This was your fault.	Kasalanan mo ito.
Can't we start again?	Pwede ba tayong magsimula uli?
Forget it.	Kalimutan mo na iyon!
Do we still have a chance to get back together?	Meron pa ba tayong pag-asa na magkabalikan?
Maybe.	Siguro.
None.	Wala na.
I'm serious about you.	Seryoso ako sa iyo.
I can't live without you.	Hindi ako mabubuhay na wala ka.
Please understand my feelings.	Unawain mo sana ang aking damdamin.
I'll miss you.	Ma*mimis* kita.
I'll never forget you.	Hindi kita makakalimutan.
Thanks for the beautiful memories.	Salamat sa mga magandang alaala.
I'm so happy to have known you.	Masaya ako na nakilala kita.
Can we still be friends?	Maaari pa ba tayong maging magkaibigan?

I think that would be difficult.	Sa palagay ko, mahirap 'yan.
I hope …	Sana …
I hope you remember me sometimes.	Sana maalala mo ako paminsan-minsan.
I hope you will be happy with her/him.	Sana lumigaya ka sa piling niya.
I hope I can find someone like you.	Sana makahanap ako ng gaya mo.
I'll always think of you.	Lagi kitang naiisip.
I'll always love you.	Lagi kitang mamahalin.
Goodbye.	Bay/Paalam.
Until next time.	Hanggang sa muli.

14

Play with Words

Filipinos are fond of ACRONYMS, transposing or dropping syllables or letters, or just inventing words to come up with new fun words.

How are you? *Girl/Sis*!   Kumusta ka na *'Teh**.

'Teh* is the shortened version of **Ate (the term for older sister), and is usually used by girls and gays. However, *'Teh* as a sign of endearment is being used for anyone in any situation nowadays.

Baby   *Beh**

***Beh** is a shorter way to say "baby" as a form of endearment for a significant other.

You *don't have a sense* *Baduy* mo!
of cool fashion!/Your
fashion is out-of-date!

You are *fabulous*!   *Bongga* ka!

That guy is *cool*!

Astig ang lalaking iyon!

Astig comes from the anagram of **tigas** which means "hard." **Astig** can mean "cool, hot, awesome" depending on the context.

That politician is such an attention *grabber*!

Ang *epal* ng politikong 'yan!

Epal is said to have come from the word **papel** which means "paper." Aside from paper, it can also mean role from which the meaning of **epal** is derived from. The most common meaning is one who is an attention grabber or an annoying person.

Do you have a *cigarette*?

May *yosi** ka ba?

*Yosi is the last and first syllables of **sigarilyo** which means "cigarette."

No

Dehins (from the word, Hindi)

Sibling

Utol*

*Utol is derived from the word **Kaputol** which means "from the same cut," literally, cut from the same umbilical cord. However, **Utol** is more commonly used to suggest endearment or close relationship to anyone, not just siblings.

Dude or a male friend

Pare*/P're*

*From Spanish *compadre*.

You have no shame!

Ang *kapal** mo!

*Kapal literally means "thick." So if someone is called kapal, it means they are thick-faced, hence, without shame!

She's from the *boondocks/ countryside.*	Taga-*Promdi** siya.

*Promdi is a shortened version of "from the province." Or from the *barrio o* "village."

O my, my *ex* ignored me!	Aba, Dinedma ako ng *ex-ko*!
He's *paranoid.*	*Praning* siya.
Teenagers, youth	Bagets
Old people	Gurang
Cool, easy-going young man	Jeproks*

*This is the reversed form of the word "project." First used in the 1960s, **jeproks** referred to young people who came from the housing projects of the government.

I am low in energy./   *Lo-bat* na ako.
  I am tired.

Her boyfriend is *rich*.   *Madatung* ang siyota niya.

Girlfriend or boyfriend   Siyota

You have lots of   Marami kang *ek-ek*.
  ***unnecessary things*.**

Do you *like* to come   *Trip* mo bang sumama sa
  with us to the picnic?   piknik?

Let's *hang-out* at the   *Tambay** tayo sa mall
  mall tomorrow.   bukas.

*Tambay comes from the English word, *stand-by*.

Oh my, the exam   Grabe, ang *toxic* ng
  was so *difficult*   eksam kanina!
  a while ago.

O my, I am getting a   Naku, *nosebleed** ako
  really difficult time   kapag kausap ko ang
  whenever I talk to   Ingles na 'yan.
  that English.

*Nosebleed is an expression of being having a really difficult time at something.

I *failed* again.   *Palpak** na naman ako.

*Palpak can be used to refer to something that failed or didn't work.

Hey, *Sis*, your mom's adobo was a bestseller!

Hoy '*Teh*, patok na patok ang adobo ng nanay mo.

That girl needs attention.

KSP* ang babaeng 'yan.

*KSP stands for **Kulang sa Pansin** which means "lacking attention" or "someone who needs attention."

Let's go Dutch. (meaning each one pays for his/her own order of food or drinks)

KKB* tayo.

*KKB stands for **Kanya Kanyang Bayad** which literally means "his/her payment."

Comfort Room	CR
Dirty Old Man	DOM
True Love	TL
Cool!	Hanep!
Did you get it?	Gets mo?
You are like a pest!	Peste ka!
"I don't care!"	E, di, wow!*

* This is more of a sarcastic remark as when someone is being proud of something but to another person, it's really nothing to be proud about or is not impressive enough.

15

Swardspeak

Swardspeak or gay lingo is a fun language created by gay people but used by many people from all social classes in the Philippines. A form of slang, swardspeak uses a combination of different words from Tagalog, English, and other languages and is also a unique creative inventing of words. Names of celebrities/popular people and trademark brands are also used.

Hello!	Heller!
Whatever!	Cheber-cheber!/Anik-anik!
Something	Chorva
You are fabulous!	Bongga ka!
What?	Anetch?
Who?	Sinetch?/Watashi?
Pretty	Ganders

Ugly	Chaka!
Crazy	Kalurkey
Insane	Krung-krung
Obnoxious	Antibiotic
Irritated	Imbey
Traitor	Anaconda/Galema
Let's go!	Gora!
Look-alike	Kafez
Can do it	Keri
Cry	Crayola
Let's eat!	Lafang na tayo!
Yes	Ames
No	Wiz
Cannot	Wiz ko
None/Nothing/ No more	Wa/Walley
No money	Wahda
I don't know	Ma